H. H. Bartlett

PAG SUSULATAN

NANG

DALAUANG BINIBINI

NA SI

URBANA AT NI FELIZA

NA NAGTUTURO NG̃ MABUTING KAUGALIAN

KINATHÁ NANG

Presbítero D. Modesto de Castro

MAY LUBOS NA PAHINTULOT

MANILA.

IMPRENTA Y LIBRERIA

DE J. MARTINEZ

Establecida el año 1902.

253 Cabildo Intramuros, 89 Escolta, 108 P.
Calderón Binondo, P. O. Box 2165.

MGA AKLAT NA IPINAGBIBILI SA MGA
Tindahan ni J. Martinez

— — —

Novena kay San Jose	P 0.20
" " " Antonio	0.20
" nğ Ntra. Sra. del Rosario	0.25
" Pitong wica	0.20
" Estacion	0.20
' kay Ntra. Sra. de Lourdes	0.20
" " Sta. Clara	0.20
" nğ Ntra. Sra. de la Concepcion	0.15
" sa Mahal na Cruz	0.15
Casaysayan nğ Sagrada misa	0.20
" " Tat'ong Personas	0.25
" Amang si Jesus	0.20
" Babaing Samaritana	0.20
" nğ Abecedario	0.30
" Ligaya sa lanğit at mundo	0.25
" Martir de Golgota	0.25
Buhay ni Sta. Elena	0.25
" " " Eulalia	0.30
" Jose Vendido	0.30
" Sta. Isabel	0.30
" " San Francisco de Sales	0.25
" " San Juan de Dios	0.25
" " Sta. Ana	0.25
" " Santong si Moises	0.25
" " " Job	0.20
" " Samuel Belibet	0.30
" " Sant. Maria Magdaleua	
Ang mahusay na pag gamot ni Tissot	3.00
Mga Cagamutang na nauucol sa loob ng bahay--Sta. Maria	2.00

Aring tunay nang may gawa.

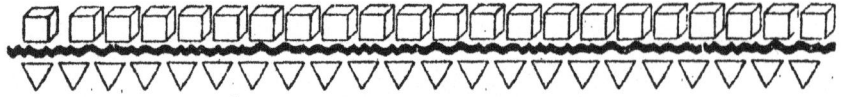

Paunaua sa Babasa.

CAYO manga binata ang inaalayan co nitong munting bunga nang pagod, cayó ang aquing tinutungo, at ipinamamanhic sa inyo na aco,i, pagdalitaang dinguin.

Cayo,i, bagong natuntong sa pintò nitong malauac na mundó, gayac na paguitna sa mundó, ay dapat magsimpan nang gagamitin sa guitna nang mundo.

Ang panaho,i, nagtutuling caparis nang panganorin; at ang macaraan ay di na mag sasauli, ang maualá sa matá ay di na moling maquiquita, caya catampatan ang magsamantalá at na sa capanahonang magtipon. Magsáquit matutong maquipagcapoua tauo, at nang di maquimí sa guitna nang caramihan. at nang di ninyo icahiya ang di carunungan.

Ang dunong na nag-tuturo sa tauo nang pagharap sa caniyang capoua, ay bunga nang pag-ibig sá capoua tauo: ang pag-ibig sa capoua tauo, ay bunga nang pag-ibig sa Dios. caya ang na ibig sa Dios, ay marunong maquipag capoua tauo, at sacali,t, di marunong ay mag sasaquit matuto; sa pagca,t, batid na ang dunong na ito ay puno at mulá nang magandang caasalang quinalulugdan nang Dios.

Ang marunong maquipagcapoua tauo, ay maganda ang caasalan; palibhasa,i, nag-iiñgát, naang caniyang quilos, asal at pañguñgusap ay má tuntóng sa guhit nang di capootan nang Dios, at cálugdan nang tauo. Caya ang carunuñgang ito ay hiyas sa isang dalaga. dañgal sa isang guinoo, pamuti sa isang bináta, dilág at cariquitang cacambal náng magandang asal na ninihag nang puso.

Cayong mañga ina naman, na may catungculang magturo sa anac nang mañga daquilang catotohanang pahayag nang Santo Evangelio, dapat ang cayo,i, magsaquit tumupad nitong mabigat na catungculan na ipagsusulit sa Dios.

Alalahanin na ang mañga batang inyong anac ay caparis nang búcong na uñgós sa dulo nang halaman, cayo ang may alaga nang halamanan, ay catungculan ninyo ang mag-iñgat.

Pasicatan sa arao nang Santo Evangelio, diliguin nang magandang aral sa paquiquiharáp sa tauo, at pamumucadcád nang mañga bulaclac na inyong alaga, ay maquiquita ninyong magsasambulat nang bañgo, sa guitna nang mundó na inyong pinagaalayan.

Na sa capanahonan ay inyong pagsaquitan, at ang aral na ito,i, casabáy nang gatas na ipasuso sa anac, pasundan nang mabuting halimbaua, halimbauang sa inyo,i, maguisnan, at maquiquita ninyo na ang magandang aral ay maguiguing magaling na asal na di mabibitiuan cun di casabáy nang búháy.

Ñguni cun inyong bayaan, palaching salát sa aral, hubád sa magandang asal, ay capilitang ipagsusulit ninyo sa Dios, at pagdating náng panahon na sila,i, paguitna sa mundó, sa masamáng

uaning sa canila,i, mamasdan, dalambati **ang**
inyong pupulutin, cayo ang sisisihin nang tauo,
at palibhasa,i, bunga nang inyong capabayaan.

At sacali ma,t, sa edad na labing dalaua ó la-
bing·apat n'a taon, sa isang Escuela, Colegio ó
sa isang Maestro, sila ay mag·aral, matutuhan
naman ang pinag·aralan, cayo,i, maniuala,t, ang
magandang asal na canilang pinulot ay tulad
sa hirám na damit. saglit na isinoot at biglang
hinubád: cauangqui nang hiyas na isinadaliri,
iniuan sa suloc ay agád nalimutan: caparis nang
cáyong nagcuculay dilao, na initan, nang arao,
hinipan nang hangin, ay agád cumupas, at di
nacalaban sa init at bilis.

Matamisin ang caunting pagod sa inyong pag-
tuturo, at pagdating nang panahon na pag-
anihan nang inyong manga anac ang magandang
aral na ipinunlá ninyo, ang hirap ay maguiguing
toua.

At cun sa inyong magandang aral, ang ma-
nga anac ninyong dalaga sa guitna nang panga-
nib sa mundó ay nacapag·iingat, ang maba-
ngóng bulaclac na canilang puri ay di nalalantá,
at pag·dating nang panahon na sila,i, tuman-
gáp nang estado nang matrimonio, ay maquita
ninyó na sila,i, mababait na esposa, at maru-
nong na ina nang canila namang maguiguing
anac, ¡laqui nang toua na inyong cacamtan!

Cun ang manga baguntauo na inyong anac, sa
inyong pagsasaquit ay matutong matacot sa Dios,
masunorin sa inyo, marunong maquipagcapoua
tauo, magalang sa matatandá, mapagtiis sa capoua
binata. maalam bumagay sa tauo sa mundó; at pag·
dating nang panahon na sila,i, maguing esposo at

ama, ay maquitaan ninyo nang bait sa paquiquisama
sa canilang esposa, nang dunong sa pag tuturo sa
anac, saan di ang sila,i, capurihán at carañga-
lan ninyo

Cun sila,i, tumangap nang anomang catung-
culan at maquita ninyo na marunong tumupád,
maalam magpaquita nang mahal na asal sa
guitna nang mundó at caguinoohan, ¡laqui nang
pagpupuri nang tauo sa inyo! ¡At ang pasa-
salamat nang inyong mañga anac ay di mata-
tapus hangan cayo,i, nabubuhay sa mundó at
hangan sa matapus naman ang canilang buhay
sa mundó!

Ang halimbauang iniaalay sa inyo, ay isang
familia ó mag anac Sa magcacapatid, na dito
sa loob nang libro,i, aquing sinasaysay, ipina-
tatanao co ang magandang pag aral nang ma-
gulang sa anac, at ang pagtangáp nang anac
nang aral nang magulang.

Sa pañgalang 'Urbana" nababasa ang maga-
ling na paquiquipag capoua tauo. Sa caniyang
mañga sulat sa capatid na Feliza, ay macapu-
pulot ang dalaga, macapag aaral ang bata, maca
aaninao ang may asaua, macatatahó ang binata
nang aral na bagay sa calagayan nang isa,t, isa.

Cay Feliza. mag aaral ang dalaga nang pag-
ilag sa pañganib na icasisira nang calinisan; at
ang caniyang magandang asal ay magagauang
ulirán nang ibig mag iñgat nang cabaitan at
loob na matimtiman

Sa mañga sulat ni Urbana, na ucol sa pag-
tangáp nang estado nang matrimonio, ang dala-
ga i, macapagaaral, at gayon din ang baguntauo,
at macapupulot nang hatol na dapat alinsunorin

bago lumagay sa estado, at cun na sa estado na.

Sa manga sulat ni Feliza cay Urbana, na ang saysay; ay ang magandang asal nang capatid na bunsó na si Honesto, macapagaaral ang bata, at macatatantó nang caniyang catungculan sa Dios, pagcatanáo nang caliuanagan nang canilang bait.

"Paombong" ang saysay: sa pagca,t, siya ang unang bayang pinautanğan nang pagod. Bayang pinaghirapan, bayang minahal naman, at pa· libhasa.i, sa aral at pagod na aquing guinugol, ay naquitaan nang masaganang paquinabang Bayang lumagui sa loob; sa pagca,t, naquitaan naman nang magandang loob

Aco,i, sinuyo mo at pinabaunan nang masaganang luha: icao ay maniuala at ang arao na iyo,i, di co linilimot, ang perlas mong bubô ay aquing dinampót, binucsan ang dibdib, at mag pa hangan nğayon ay iniingatan.

Mahiguit sa sampuo ang nalacarang taon, mag mulá sa arao na yaon, nğuni,i, sariua ring parang cahapon. (1).

Limbág ca sa dibdib, ay di ca nacatcát nang habang panahong limbás nang panimdim; at palibhasa,i. ang nag·iinğat sa iyo,i, susi nang pag ibig.

At cun sa handóg cong halimbaua, cayong manğa ina ay magdalitang dumampót nang magandang aral, itanim sa loob at alinsunorin, at mapanood co ang paquinabang nang inyong manğa anac, sa inyong paghihirap sa aquing pagsisicap, ¿ay mahuhulaan caya ninyo ang aquing uiuicain?

_____

(1) 2 de Mayo de 1864·

Ang uiuicain co,i, pinapalad aco, at ang ca-
halimbaua co,i, nagsabog nang binhi, ay ang
tinamaan co ay mabuting lupa.

At sa quinacamtang cong toua ang nacaca-
paris co,i, isang magsasacang cumita nang alio,
uupó sa isang pilapil, nanood nang caniyan ha-
laman, at sa caniyang palayan na parang ina-
alon sa hirap nang bangin, at sa bungang hinog
na anaqui butil na guintong nagbitin sa uháy,
ay cumita nang sayá.

Munti ang pagod co, munti ang puyat co; at
palibhasa,i, capús na sa lacas na sucat pagcu-
nan, ñguni ang paquinabang co sa pagod at puyat
ay na ibayuban.

Cun cayo at aco disin ay palarin, ang toua
co,i, di hamac: at palibbasa,i, cun aco,i, patay
na, at sa ilalim nang lupa,i, malilimutan na
nang mundo; maganda ang iyong loob ay cahit
miminsan ay masasambit din ang aquing pa-
ñgalan, at sa harapán nang Dios ay alalahanin
nang isang *Responso ó Ave Maria*.

Ito at ang aco,i, papaquinabangin sa iyong
magagandang gauá, at ang aquing pamanhic sa
inyo, at siya rin naman ang sa aquin ay inyong
aasahan hangang nabubuhay sa mundó. at ga-
yon din cun marapat macapanood sa Dios, cun
matapos itong maralitang buhay.

PAQUIQUIPAGCAPOUA TAUO.

UNANG SULAT

NI FELIZA CAY URBANA.

Paombon y Mayo 1o. 185....

URBANA: Ñgayong á las seis nang hapon na pinagugulong nang hari nang astros ang carrusang apuy, at itinatago sa bundoc at cagubatan, ipinagcacait sa isang capuloan ang caliuanagan, at sa alapaap ay nagsasambulat nang guinto,t, púrpura: ang mundo,i, tahimic, sampuo nang amiha,i, hindi nag tutuli,i, nagbibigay alio, ang mañga bulaclac, ay nañag sasabog nang bañgong iniñgat sa doradang caliz; ang lila,t, adelfa na itinanim mo sa ating pintoan; ang lirio,t, azucena; ang sinamomo,t, campupot na inihanay mo,t, pinag tapattapat sa daang landas na ang tinutuñgo,i, ating hagdanan; oras na piniling ipinagsasaya, nañgagsisiñgiti,t, ang balsamong iñgat ay ipinadadala sa hihip nang hañgin; mapalad na oras na ipinag lilibang nang camusmusán ta, ipinagpapasial sa ating halamanan.

Marahil Urbana,i, di mamacailang pagdating
sa iyo nang oras na ito. ang alaala mo,t, boong
catauohan ay nagsasaoli sa ating halamanan,
iyong sinasagap ang balsamong alay nang mañga
bulaclac na bago pamuti sa parang linalic na
mañga daliri mo.i, pinaiibayuhan ang di munting
pagod sa pagaalaga.

Naglilibang icao, aco,i. gayon din naman, at
dito sa lihim nang namumulaclac na suhâ, ay
sinasagap co ang caaya-ayang bañgò, pinanonood
co ang lipad nang ibong napaiilang lang sa him-
papauid; ang pato at tagác na nonoui sa hapunan,
husay nang pag liliparan, tulad sa ejércitong nag
susunod sunod, ualang nahihiualay, iisa ang loob
iisa ang tuñgò, isa ang sinusundan nang sang
bayanang ibon, at palibhasa i, tulad din sa tauo
may pinipintuho,t, sinusunod na hari. Sa pag
didili-diling ito i, di caguinsa guinsa,i, napaimbulog
ang pag iisip co. icao ang hinanap sa loob nang
halamanan, sinundan sundan ca at napanood coñg
namumuti nang bulaclac, pinag salit salit, pinag
tama tama ang sari-saring culay, guinagauang
ramillete: saca co naquita na inihahain sa maalindog
na reina nang rosas, ni Urbana, rosa naman sa
calinisan. Magpahañgan ñgayo,i, aquing natatanao
na nunuti ca nang amapola, nang maquita co
na nagniningning na sa mañga buroc na iyong
daliri ay sinundan quita, napahabol ca naman,
saca nang abutan quita,i, conouari itinangui ang
quimquim na bulaclac, saca ipinaagao sa aquin:
at nang macuha co na,i, iñgay nang canitang
paghahalac-hacan sa loob nang halamanan. ¡Ma-
sayáng halac-hac na iquinagagalac ni ama t, ni
ina na ninitang toua sa pag aaliuan nang dala-

uang anác!

Magpahanga ñgayo,i, di co nalilimutan ang casipagan mo, na pagca guising sa umaga,i, malicsing babañgon. sasandatahin ang cruz, mani nicluhod ca,t, magpupuri sa Dios, magpapasalamat at iniadya ca sa madlang pañganib at pinagcalooban nang buhay na ipaglilingcód sa caniyang camahalan sa arao. na iyon Dios ang unang bigcás nang labi mo, at palibhasa,i, Dios ang unang isip mo.

Aquing natatanao ang cauili uiling anyó mo, ang cabaita t, cahinhinan na nagniningning sa iyong paglacad at boong caasalan, na ipinaquiquita sa pagtuñgo sa simbahan. at ipinaquiquinyig nang Santo Sacrificio. Ñgayo,i, naquiqnita cong bucás ang dibdib mo, at natatanao co ang malinis mong puso, na naquiquibagay sa sacerdote na inihabain mo nang boong pagibig, ang Dios nang pagibig na hauac sa camay, at iniaalay sa di mating·alang Ama, alaala,t, galang sa mataas niyang capangyarihan, na ipinaghahari sa sangdaigdigan.

Nalulugod aco sa capacumbabaan mo at pamimintuho cay ama,t, cay ina, na palaguing gayac ang loob sa pagsunod sa canilang utos, at paghiñgi nang bendicion bago patuñgo sa escuela. Dili magcasiya sa puso co ang quinamtan cong toua; ñgayong nagsasaoli sa aquing alaala ang casipagan mong magaral nang leccion na ibinibigay nang Maestra, sa pagnanasang maliuanagan ang bulag na isip, at maca quilala sa Dios na cumapal nang iyong catauohan, punong pinagmulan nang iyong caloloua at siya ring cavoulan.

Ang cabaitang di hamac na ipinaquiquita mo sa escuela, na tinitipid mo ang gaui nang cabataang mag laró sa capoua bata; ang cahinhinan nang iyong asal na di maquitaan nang cagaslaua,t, catalipandasan, mag pahangan ngayo,i, di nalilimutan nang canitang Maestra, at sa touing masabi sa aquin, ay nagagalác ang loob co,t, nagnanásang mahouarán ang magandang caasalan mo. Ang mabining lacad na bucál sa iyo,t, di pinagaralan; ang mahinhing titig nang matá mo na di nag papalibot libot, at ang tinapunan ay ang linacarang lupa, cun maalaala co na dahilan dito,i, iguinagalang nang manga batang lalaqui,t, di ca mahaguisan nang masamáng aglahí ay namamanghá aco, at naipag hahalimbaua quita sa reina nang manga bulaclac, na pinaggugulan nang dunong nang naturaleza, na biniguian nang caaya-ayang culay, cauili-uiling bangó,t, naca bibihag na diquit; nguni cun paugahasáng salangin nang salangapang na camáy, ay capilitang magdurusa, sa pagca,t, ipinagtatangól nang tinic. (1)

Cung aco,i, mangaling sa escuela, macapag pabingá nang munti, mupó sa habiha,t, pagaralan cong habihin ang damit na isusuot ni ama ó ni ina, ay naaalaala co yaong matouid mong aral na capurihán nang isang anac na babaye, ang maca pagalay sa magulang nang damit na caniyang pinagpagurang hinabi. Pag aco,i, umupó sa tabi nang panahian, dumampót nang cayogumamit nang carayom, at magbuó nang da,

(1) Ang Reina nang manga bulaclac, ay arg rosa de Alejandria, talinhaga nang calinisan, binabacod nang tinic nang cabaita,t, cahinhinan, at nang houag masirá.

mit, ó humarap caya sa calán, magtiis nang init
nang apóy sa pangungusina, ó aco caya i, mag
linis sa pamamahay, ang sinusunód co,i, yaong
magandá mong hatol na ang gagauin nang ba-
baye, pagcamulat nang matá hangang sa ipiquit
ay ualang catapusán, at dapat ang uica mong
papamihasahin ang catauan sa paggauá toui na,
sa pagca,t, ang casipagan at calinisan, ay hiyas
nang babaye, at ang catamara,i, isang capintasan.

Sa pagbasa mo, Urbana, nitong aquing titic,
ay parang naquiquita co na, nagcucunót ang
noó mo, ga namumuhí na,t, tinutugón mo aco,
at nangungusap ca sa aquin: ang bilin co sa ca-
nitan Maestra na sabihin sa iyo na isulat mo
sa aquin ay ang guinagauá mo sa arao arao,
¿ay ano caya ang cadahilanan Feliza, at ang
sinaysay mo dito sa sulat ay ang gagauin co
nang quita,i, nagsasama, at di ang guinagauá
mo ñgayong magca hiualay cata? Sa tanong
mong ito,i, liban na lamang sa paglalaró ta,
nang quita,i, musmós pa,i, cun anong hatol
mo,i, siya cong sinusunód, at ang gagauin mo,
nang icao,i, dirine, siya rin namang guinagauá
co ñgayon.

Ñgayong masunód co na ang cahingian mong
sumulat aco sa iyo, ay nauucol namang gan-
tihin mo itong aquing sulat, at isaysay mo na-
man sa aquin ang magandang aral na tinangáp
mo sa marunong na Maestra, diyan sa Maynila,
sa loob nang apat na taong icao,i, tinuturuan.
Dito,i, lulutasin co itong aquing titic: Adios,
Urbana, hangang sa aco.i, sagotin mo.—FÉLIZA.

ANG PINAG ARALAN NI URBANA.

Si Urbana cay Feliza.—Manila...

FELIZA: Tinangap co ang sulat mo nang malaquing toua, nguni,t, nang binabasa co na,i, napint·sán quita,t, dinguin mo ang cadahilanan. Ang una i, nabanguit mo si ama,t, si ina, ay di mo nasabi cun sila,i, may saquit ó ualá; nguni pinararaan co ang caculangan mong ito, at di cataca-tacá sa edad mo na labing dalauang taon; ang icalaua,i, hindi ang búhay co cun di ang búhay mo ang itinatanong co,i, ang isinagót mo,i, ang pinagdaanan nang camusmusán ta, at madlang matataas na puri sa aquin, na di mo sinabi na yao,i, utang co sa mabait na magulang natin at sa Maestrang umaral sa aquin. Nguni, pag dating sa sabing nagcucunót ang noó co, at sa manga casunód na talata, ay nangiti ang puso co, nagpuri,t, nagpasalamat sa Dios, at pinagcalooban ca nang masunoring loob.

Ngayo,i, dinguin mo naman at aquing sasaysayin yamang hinihingi mo ang magandang aral na tinangap co cay Doña Prudencia na aquing Maestra. Natatanto mo, na aco,i, marunong nang bumasa nang sulat nang taong 185... na cata,i, magcahiualay. Pag dating co rini, ay ang una, unang ipinaquilala sa aquin, ay ang catungculan nating cumilala, mamintuho, maglingcód at umibig sa Dios; ang icalaua,i, ang cautangan

natin sa ganang ating sarili; at ang icatlo,i;
ang paquiquipagcapoua tauo. Nguni, at sa pagca
ang sulat na ito ay hahabang lubha, cun aquing
saysayin itong manga daquilang catungculan
nang tauo, bucód dito nama,i, ngayong á las
sieting mahiguit nang umaga na aco,i, sumu-
sulat. ay malapit na ang oras nang pag-aaral
co, ay sa icalauang sulat mo na hintin ang pag
sunód co sa cahingian mo: Adios, Feliza.—
URBÀNA.

ANG CATUNGCULAN NANG TAUO

SA DIOS.

Si Urbana cay Feliza.—MANILA...

FELIZA: Ngayon tutupdin ang cahingian
mo, na ipinangaco co so iyo sa huling sulat
fecha....

Sa manga panahóng itong itinirá co sa Ciu-
dad, ay marami ang dumarating na bata, na
ipinagcacatiuala nang magulang sa aquing maes-
tra, at ipinag bibilin na pag pilitang macata-
lastás nang tatlong daquilang catungculan nang
bata na sinaysay co sa iyo. Sa manga batang
ito, na ang iba,i, casing edad mo, at ang iba,i,
humiguit cumulang, ay na pag quiquilala ang ma-
gulang na pinagmulan, sa cani-canilang cabaitan
ó cabuhalhalán nang asal. Sa carunungang cu-
milala sa Dios ó sa cahangalan, ay nahahayág
ang casipagan nang marunong na magulang na

magturo sa anac, ó ang capabayaan. Sa ma-
ñga batang ito,i, ang iba,i, hindi marunong nang
ano mang dasal na malalaman sa doctrina cris-
tiana, na para baga nang *Ama namin, sumasam-*
palataya, punong sinasampalatayanan, na│sa ca-
nilang edad disin, ay dapat nang maalaman nang
btsa, caya hindi maca sagót sa aming pagda-
rasál ó maca sagót man ang iba,i, hindi maga-
uing lumuhód, ó di matutong uman-yó, na na-
uucol bagang gauin sa harapán nang Dios. Sa
pag darasál namin, ay nag lulupagui, sa pagsim-
ba,i, nag papalingalinga, sa pagcain ay nag sa-
salaulâ, sa pag lalaro,i, nananampalasan sa capoua
bata, ó nañguñgusap caya nang di catouiran;
caya ang mañga batang ito,i, maquita mo la-
mang ay maca pag dadalang galit. ¡Oh Féliza,
gandang palad natin, at pinagcalooban tayo nang
Pañginoong Dios nang marunong na magulang!
Dahilan sá cahangalang ito nang mañga bata,
ay di unang itinuro nang Maestra,i, ang da-
salan, at nang matutong cumilala at magling-
cód sa Dios; ang pagbasa nang sulat, cuenta,
pagsulat, pananahi, at nang maalis sa cahanga-
lan. Dinguin mo naman ang aming gagauin sa
arao arao.

Sa umagang pagca guising bago cami malis
sa hihigán, nag cucruz muna, nagpupuri,t. nag-
papasalamat sa Dios, para rin naman nang iti-
nuturo sa atin nang canitang magulang. Maca-
raan ang ilang minuto, maniniclohód cami sa-
harapán nang larauan nang ating Pañginoong
Jesucristo at ni Guinoong Santa│Maria, ihabayin
ang púso sa pag lilingcód sa Dios sa arao na
yaon, hihingi nang gracia na icaiilag sa casalanan

Cun matapos ito,i. maghihilamos, magsusucláy, magbibihis nang damit na malinis, patutungo sa hagdanan, at bago manaog ay magcucruz muna, yayauo sa simbahan; sa paglacad namin ipinagbabaual ang magpalingap-lingap, ang maglaró at magtauánan. Pagdating sa pintoan nang simbahan, ay magdarasál ang baua,t, isa sa amin nang panalanging sinipi sa salmo na na sa ejercicio cuotidiano. Pagcaoc nang tubig na bendita, ay iniaalay co sa aquing maestra, sapagca,t, cautusán, na cun may casamang mahal ó matandá, ay dapat ialay. Pagca tapos, ay lalacad at maniniclohód sa harap nang Santísimo Sacramento; ang iba,i, magdarasál nang rosario, ang iba,i, may hauac na libro sa camáy, at dinadasál ang manga panalanging ucol sa pagsisimbá. Sa pagluhód namin, ay ibinabaual nang Maestra, na palibotlibotin ang matá, itinuturo na itungó ang ulo, at nang houag malibáng sa lumalabas at pumapasoc na tauo. Cun cami,i, naquiquinyig nang sermón, ay tinutulutang umupó cami, nguni, ipinagbabaual ang maningcayád, sapagca,t, sa lalaqui ma,t, sa babaye, ay mahalay tingnan ang upóng ito, at tila ucol lamang sa hayop. Sa Pagupó namin, ay ipinagbibilin nang Maestra na cami ay magpacahinhin, itatahimic ang bibig, matá at boong catauan, paquiquingang magaling ang aral nang Dios Espíritu Santo, na ipinahahayág nang Sacerdote Feliza, nangangaló na ang camáy co sa pagsúlat, ay sa iba nang arao sasaysayin co sa iyo ang manga biling ucol sa paglagay sa

2

simbahan. Ihalic mo aco sa camay ni ama,t, ni ina: Adios, hangang sa isang sulat.-URBANA.

ANG AASALIN SA SIMBAHAN

Si Urbana cay Feliza.—MANILA...

FELIZA:—Napatid ang hulí cong sulat sa pag-sasaysay nang tapát na caasalan, na sucat sun-din sa loob nang simbahan: ngayo,i, ipatutuloy co. Marami ang naquiquita sa manga baba-yeng nagsisipasoc sa simbahan, na lumalacad na di nagdarahan, nagpapacagaslao-gaslao, at cun mariquit ang cagayacan, ay nagpapa-lingaplingap, na anaqui tinitingnan cun may nararahuyo sa caniya. Marami ang namamanyó nang nanganganinag, nacabingit lamang sa ulo at ang modang ito,i, dalà hangang sa paquiqui-nabang at pagcocompisál. ¡Oh Feliza! ¿napasaan caya ang galang sa lugar Santo? ¿napasaan caya ang canilang cahinhinán? Diyata,i, lilimutin na nang manga babayeng cristiano yaong utos sa canila ni S. Pablo, na pinapagtataquip nang muc-há sa loob nang simbahan, pacundangan sa manga Angeles? (1) ¿Diyata,i, hangang sa con-

fesionario,i, dadalhin ang capañgahasang di nag-
pipitagang itanyág ang muc-há sa Sacerdote?
may naquiquita namang naquiquipagtauánan
sa capoua babaye; ó uupó caya at maquiqui-
pagñgitian sa lalaquing nanasoc, ano pa ñga,t,
sampo nang bahay nang Dios ay guinagauang
lugar nang pagcacasala.

Itong mañga biling hulí na ucol sa lalaque,
ay ipahayag mo cay Honesto, na bunsó tang
capatid. Pagbilinan mo, na pagpasoc sa sim-
bahan, ay houag maquipagumpucan sa ca-
poua bata, nang houag mabighani sa pagtata-
uanan at pagbibiroan. Maniniclohód nang boong
galang sa harapán nang Dios, magdarasál nang
rosario, at houag tularan ang naquiquita sa iba,
sa matanda ma,t, sa bata na nacatiñgala, naca-
bucá ang bibig na parang isang hangal, na na-
pahuhula, Houag bobonotin ang paa sa chapin,
sapagca,t, isang casalaulaan. At sa iyo, Feliza,
ang hulí cong bilin, ay houag mong bobonotin
sa simbahan at saan man ang paa sa chinelas,
at pagpilitan mong matacpán nang saya, sa-
pagca,t, ga nacamumuhí sa malinis na matá
ang ipaquita. Ipahayag mo cay ama,t, cay ina
ang boong cagalangan co: Adios, Feliza, han
gang sa isang sulat. —URBANA.

_____

(1) 1. Cor. 11. v, 10.

CAGAGAUAN NI URBANA.

SA BAHAY NANG MAESTRA.

Si Urbana cay Feliza.—MANILA....

FELIZA: Sa á las siete,t, cami macasimbá na, cacain cami sa agahan, pagcatapos ay maghlibanglibang ó maghuhusay caya nang cani-caniyang casangcapan, sapagca,t, ang calinisán at cahusáyan, ay hinahanap nang matá nang tauo, tauong náguising at namulat sa cahusa-yan at calinisan. A las ocho, gagamit ang isa,t, isa nang librong pinagaaralan; ang iba,i, darampót nang pluma, tintero,t, ibang casangca-pang ucol sa pagsulat, magdarasál na suman-dali bago umupó sa pagaaral, hihinging tulong sa Dios at cay Guinocng Santa Maria, at nang matutuhan ang pinagaaralan; magaaral han-gang á las diez, oras nang pagleleccion sá amin nang Maestra; pagcatapos, magdarasál nang rosario ni Guinoong Santa Maria. Pag nacada-sál na nang rosario, aco;i, nananahí, ó naglili-nis caya nang damit, at pag cumain ay iguina-gayac co ang servilleta, linilinis co ang tene-dor, cuchara at cuchillo, na guinagamit sa la-mesa. Ang lahat nang ito,i, cung maquita nang Maestrang maruni, ay cami,i, pinarurusahan. Pagtugtog nang á las doce, oras nang aming pagcain ay pasasa mesa cami, lalapit ang isa,t, isa sa cani-caniyang loclocan, magbebendicion ang Maestra sa cacanin, caming manga bata,i,

sumasagót pacatindig na lahat, ang cataua,i,
matouid at iniaanyó sa lugar. Pagcarinig namin
nang ngalang Jesus at Gloria Patri, ay itinu-
tungó ang ulo, at saca cami,i lumuloclóc sa
pagcain. Pagcatapos, magpupuri,t, magpapasala-
mat sa Dios. Sa hapon cami ay nagaaral
para rin sa umaga. Pagtgutog nang Ave Maria
ay magdarasal cami nang pagbati nang Angel
cay Guinoong Santa Maria, na paluhód; sa arao
nang Sabado at Domingo nang hapon. ay patin-
dig, at gayon din naman magmulá sa Sabado
Santo hangang sa Sábadong vísperas nang San-
tísima Trinidad. Gayon ang bilin nang Santo
Papa, na nagcaloob nang indulgencia sa dasal
na ito. Pagcatapos, sino ma,i, ualang tumitin-
dig sa amin hangang hindi nangunguna ang
Maestra, at saca nagbibigay nang magandang
gabi sa caniya. Sa gabi magdarasál nang ro-
sario, pagcatapos, magaaral nang dasál ang
iba, at ang iba nama,i, tinuturuan nang Maes-
tra nang paquiquipagcapoua tauo. A las ocho
cami humahapon; pagcatapos, naglilibang, nag-
lalaró ang iba, at ang iba,i, nagsasalita-
an. A las nueve y media, cami,i, nagdarasál
na saglit, isang cuartong oras bumabasa nang gu-
namgunam, pagcatapos, pagdidili-dilihin ang
binasa. magaalaala nang casalanang nagaua sa
arao na yaon; at inahihingi nang tauad sa Pa-
nginoong Dios. May isang bumabasa sa amin
naman niyaong manga uica, na gunam gunamin
na ang pagtulog ay larauan nang camatáyan,
at ang hinihigang banig, ay cahalimbaua nang
hucay; hindi nalalaman nang isa,t, isa, na cun
sa gabing iya,i, hahatulan nang Dios, na ipa-

paris sa haring Baltazar na pinangusapan: Sa gabing ito,i. huhugutin ang caloloua mo sa iyong catauan. Macalauà isang lingo, nagcocompisal aco at naquiquinabang; ang iba,i; minsan sa isang buan, ó lingo, at ang sinusunod ang utos nang mañga confesores. Ang lahat na ito, Feliza, ay alinsunurin mo, at siva mo rin namang ituro cay Honesto, sapagca,t, nauucol sapaglilingcód sa Dios, sa paquiquipagcapoua tauo: Adios, Feliza.—URBANA.

CAASALAN NI HONESTO

ULIRAN NA NG MAÑGA BATÀ.

Si Feliza cay Urbana.—PAOMBON,..

URBANA: Si Honesto,t, aco,i, nagpapasalamat sa iyo, sa matatáas na hatol na inilalaman mo sa iyoug mánga sulat. Cun ang batang ito maquita mo disin, ay malulugód cang di hamac at mauiuica mo, na ang caniyang mahinhing asal ay cabati nang Honesto niyang pangalan. Masunurin sa ating magulang, mapagtiis sa capoua bata, hindi mabuyó sa paquiquipagauay, at manga pangungusap na di catouiran. Mauilihin sa pagaaral at sa pananalañgin; pagcaumaga,i, mananaog sa halamanan, pipitás nang sangáng may mañga bulaclac, pinagsasalitsalit, ıba,t, ıbang culay, pinagaayos, guinagauang ramillete, inilalagay sa harap nang laranan ni Guinoong Santa Maria; isáng azucena ang ina-uucol sa iyo, isang lirio ang sa aquin, at pag-hahain sa Reina nang manga Virgenes. ay lina-langcapán nang tatlong *Aba Guinoong Maria*. Cun macapagcompisal na at saca maquinabang ang isip co,i, Angelito, na cumacain nang tinapay nang manga Angeles, at ga naquita co, na ang pagibig at puring sinasambitlâ nang caniyang inocenteng labi, ay quinalúlugdan nang Dios na Sangól, na hari nang manga inocentes. Ipatuloy mo, Urbana, ang iyong págsulat, at nang paquinabangan namin: Adios, Urbana.— FELIZA.

===

CAASALAN SA SARILI.

Si Urbana cay Feliza.—MANILA...

FELIZA: Aquing naisulat na sa iyo, ang madlang cabatoláng ucol sa paglilingcód sa Dios, ngayo,i, isusunód co áng nauucol sa sarili nating catauan. Sabihin mo cay Honesto, na bago masoc sa escuela, maghihilamos muna, suclain aayosin ang buhóc, at ang baro,t, sa-lauál na gagamitin ay malinis; nguni,t, ang ca-linisa,i, houag iuucol sa pagpapalalo. Houag

pababahaing lubha ang buhóc na parang tulisau,
sapagca,t, ito ang quinagagauian nang masa-
samang tauo. Ang cucó houag pababahain, sa-
pagca,t, cun mahaba, ay pinagcacaratihang
icamot sa sugat, sa ano mang dumi nang ca-
tauan, nadurumhan ang cucó, ay nacaririmarim,
lalonglalo na sa pagcain. Bago magalmosal,
ay magbigay muna nang magandang arao sa
magulang, maestro ó sa iba cayang pinaca ma-
tandá sa bahay. Sa pagcain, ay pápamihasahin
mo sa pagbebendición muna, at pagcatapos, ay
magpasalamat sa Dios. Cun madurumbán ang
camay, muc-ha ó damit, ay maglinis muna bago
pa sa escuela. Houag mong pababayaan, na ang
plana, materia, farsilla ó regla, papel, libro,t,
lahat nang gagamitin sa escuela ay maguing
dungis dungisan. Cun naquíquipagusap sa capoua
tauo, ay houag magpapaquita nang cadungoan,
ang pangungusap ay totouirin, houag hahaloan
nang lanyós ó lambing houag cacamotcamot
ó hihilurin caya ang camáy ó babasin nang
lauay ang daliri at ibihilod ano pa nga,t, houag
magpapaquita nang casalaolaan Sa haráp nang
ating magulang ó matandá caya, ay houag
mong pababayaang manabaco, ó mangusap caya
nang calapastanganan, ó matuuog na sabi. Cun
naquiquipaglarô sa capoua bata, ay houag tu-
lutan na maglapastangan, ó dumhan caya ang
damit nang iba, at pagpilitian mo na yaong ca-
raniuang uicain nang tauo, na ang masamá sa
iyo,i, houag mong gauin sa iyong capoua, ay
itanim sa dibdib at alinsunurin. Sa capoua bata,
ay houag magbibigay nang cacanin na may
cagat, ó marumi.

Matanda at bata, ay may pinagcacaratihang casalaolaan, na carima-rimarin. Cun naquiquipag-usap sa capoua tauo, caraca-raca,i, ilalagay ang daliri sa ilóng at sisingá. Ca-iingat, Feliza, na ito,i, gauin ni Honesto. Cun sisingá mau ay sa panyô, ay marahang gagauin, itatalicód ang muc-há ó lumayo caya. May isa pang pinagca-cabihasnan ang caramihan nang tauo, na cun naquiquipagusap sa capoua, ay ang camáy ay iquinacamot sa haráp. ¡Asal na cahalayhala-yan na nacapopoot sa malilinis na loob. Ca-iingat na ito,i, pagcaratihan nang bata. Cun may lalabas na masamang amoy, ay lumavo sa tauo, houag pamalay at nang di mapanganiang salahula: Adios, Feliza, haugang sa isang sulat.— URBANA.

SA ESCUELAHAN.

— = —

Si Urbana cay Feliza.—MANILA...

FELIZA: Itong manga huling sulat co, sa iyo, na may nauucol sa calagayan mo, at ang iba,i, aral cay Honesto, ay ipinaoonaua co, na di sa sariling isip hinango, cun di may sinipi sa ma-nga casulatan, at ang caramihan ay aral na tinangáp co cay Doña Prudencia, na aquing Maestra: at siyang sinusunód sa escuela namin caya ibig co disin, na sa ating mangá camag-anac, sa manga escuela sa bayan at mangá ba-

rrio, ay magcaroon nang manga salin at pag
aralan nang manga bata. Ipatuloy co ang pag-
sasaysay nang manga cahatolan. (1)

Si Honesto, bago pa sa escuela, ay pabeben-
dicion muna cay ama,t, cay ina; sa lansangan,
houag maquiquialám sa manga pulong at auay
na tinatamaan, matouid ang lacád, houag ngi-
ngisi-ngisi, manglilibác sa capoua bata, ó lala-
pastangan sa matandá, at nang houag mauica
nang tauo, na ualang pinagaralan sa magulang.
Cun magdaraan sa harap nang simbahan, ay
magpupugay, at cun nalalapit sa pintoan ay
yuyucód. Pagdating sa bahay nang maestro ay
magpupugay, magbibigay nang magandang
arao, ó magandang hapon, magdasál na saglit
sa haráp nang manga santong larauan, na pinag-
dadasalán nang manga escuela, hihinging tulóng
sa Dios at cay Guinoong Santa Maria, at nang
matutong gumauà nang cabanalan, at maisaulo
ang lección pinagaaralan. Cun sa escue'a may
pumasoc na sacerdote, capitan, mahal na tauo
ó matandá, ay tumindig, magbigay nang ma-
gandang arao, ó magandang hapon, at houag
uupó hangang hindi pinaguutusan. Ang galang
na ito,i, houag icahihiyang gauin, sapagca,t,
ang cagalangan ay capurihán nang gumagalang,
at di sa iguinagalang. Ang batang may bait at
dunong, ay capurihán nang magulang, at ang
caniyang quilos, pangungusap at asal, ay nag-
sasaysay na mahal ang asal nang nagturong ma-
gulang. Pagpilitan mo na houag catamaráng pag-

---

(1) Barrio ang tauag nang una,i, Naic, ngayon ay Nayon.

aralan ang lección; cun di matutuhan, ay mag-
tanong sa capoua escuela ó sa maestro caya,
hauag mahihiya, sapagca,t, cung hiyas nang
isang marunong ang sumanguni sa bait nang iba,
ay capurihán naman nang isang bata ang mag-
tanong sa marunong, sapagca,t, napahahalata
na ibig matuto,t, maramtan ang hubád na isip,
nang carununga,t, cabaitan; cnn di agád matu-
tuhan ang lección, ay houag mabubugnót mag-
tiagang magaral, sapagca,t, ang carunungan
ay bunga nang catiagan.

Cun di tinatanong nang maestro, ay houag
sasagót, at cun matatanong ay tumindig muna,
at saca sumagót. Gayon din ang gagauin sa
matandá ó guinoong causap.

Pagbilinan mo, na huag magpahalata sa capoua
escuela, na siya,i, nanaghili sa mariquit na gayac,
carunungan cayamanan, camahalan nang capoua,
bata, sapagca,t; maguiguing capintasan sa caniyang
asal.

Sa capoua bata, houag magsasalitá nang nangya-
yari sa ating bahay, nang icamumura sa capoua
tauo, at sa ating bahay naman, ay huag ipapanhic
ang naquiquita sa escuela, sa lansangan at sa bahay
nang iba, lalo na cun na-ooui sa paninira nang
puri, at cung sacali magupasala sa tauo ay sauain,
at cun umulí pa,i, parusahan.

Cun sacali macarinig sa capoua bata nang mura
sa magulang ó camaganac na may bait ay ipagtan-
gól nang banayad at matouid na sabi, at pagdating
sa bahay ay ilihim at nang di pagmulan nang
pagaaway.

Turoan mong maquipagcasundó si Honesto sa capóua bata, houag manampalasang magmura manungayao, at cun sacali,t, may lumapastangan sa cauiya ay ipagtangól ang catouiran nang banayad na uica, at cun sacali nauucol na isumbong sa maestro, ay houag daragdagan, houag magpaparatang nang sala sa iba, sa pagnanasang maca panghiganti, sapagca,t, ang manghiganti; ay angat sa camahalan nang asal.

Cung siya,i, magsasalitá,t, ayao paniualaan nang casalitáan, ay houag patotohanan nang sumpà, sapagca,t, ang manumpà sa ualang cabuluhan ay tandà nang cabulaánan.

Sa escuela, cun may maquitang cacanin, ay houag pángahasang canin hangang di pagutusan, at nang di paguicang matacao.

Sa ano mang utos nang maestro, at ayon sa matouid, ay umalinsunod, at cun sacali,t, maparusahan ay houag mabubugnót, matamisin sa loob ang parusa,t, nang houag maquitaan nang capalaloan.

Cung macapagleccion na,t, pahintulutan nang maestro na omoui, ay lumacad nang mahusay, houag palingalinga, magpatuloy omoui sa bahay, at pagdating ay magdasál, at pagcatapos, ay humalic sa camay ni ama,t, ni ina, at gayon din ang gagauin sa hapon.

Sabihin mo cay ina, na di co sila nililimot sa harapán ng Dios, at malayo man aco ay hinihintay co ang canilang bendicion: Adios, Feliza, hangang sa isang sulat.—URBANA.

Bago bigcasin ang bibig, ang sasabihin ay iisipin muna, at susundin yaong hatol ni San Agustin ang minsang bibitiuan naug dila ay paraaning macalaua sa quiquil, sa macatouid ay sa bait. Caiingat at ang sabihing masama sa minsang mabitiuan, ay di na madarampot.

Sa pagsasalitat i, houag cucumpáscumpas, ilagan ang ingay, at nang di nacabibingi; masama rin naman ang totoong marahan, sapagca,t, nacayayamót sa quinacausap.

Houag magnanasang maghari sa salitaan at magsabi nang icapupuri sa sariling catauan, sapagca,t, ang mapagmapuring tauo,i, bucód sa di pinaniniualaan, ay naguiguing catatauanan at pangalio sa salitaan.

Cun tumama nang isang hamtóg, ay houag salansangin paraaning parang hangin, at nang houag pagmulan nang usap.

Cun macatama nang isang matabil, na di nangangauit magsalitá, ay maghunos dili sa gayong asal, ilagan ang catabilán, sapagca,t, nacayayamot sa causap. Nguni,t, cun masama ang matabil na lubha, ay masamá rin naman ang magsal tangá, na nacatingalá na parang napahuhuia Ilagan ang catabilán, at avon diu ang catangahan.

Houag maghihicáb ó magiinat, at nang di uicaing navayamót, ó pinauaualang halagá ang causap.

Sa pagbibiroan, ay houag bumigcás nang masaquít na sabi, na sucat damdamin nang causap. Ano pa nga,t, sa pagsasalita,i, angquinin yaong refran na caraniuang sabihin: *ang masama sa iyo.i, houay mong gauin sa capua mo tauo*

Cun icao Feliza.i, may ipagdadalamhati, ó iquinapopoot caya sa casama sa bahay, at may puman-

hic na tauo,i, huag cang magpahalatá nang calum-
bayan ó cagalitan; tipirin ang loob, sapagca,t, sa
manga desgracia ó basagulo sa bahay, ay isang ca-
gamutan ang lihim. At cun may isang secreto ó
lihim, ay pacaingatan mo, na parang isang maha-
lagang hiyas.

Sa cpagsasalita,i, houag magasal pusóng ó bobo,
sapagsa,t. cun tapós na ang toua at salitá, at pag-
isip iipin ang guinaua, ay ang natitira,i, cahihiyan
at sisi sa loob na sarili.

Cun may pamupuri sa iyo, ay di dinadaan sa
tuyà, ay isaloob mo yao,i, nagmulá sa caniyang
magandang loob, at di sa iningat mong cabutihan,
at gantihin mo nang maraming salamat. Cun may
pinupuri ca sa haráp, av iingatan mo ang pag-
bigcás nang sabi at baca uicaing siya,i, tinutuyá mo.

Huag ituturo nang daliri ang quinacausap; at
cun sacali,t, matandá, guinoó ó mahal, ay houag
iparis sa iba, at uicaing casintandá mo ó casing
taás mo.

Cun macaquita nang bata, ay huag pintasan at
tauanan ang caniyang cagandahan ó capangitan.
sapagca,t, pangit man at maganda, ay gauang lahat
nang Dios; Gayon din naman, cun may ibang magpa-
paquita nang canilang gauá, ó magsaysay nang
canilang abilidad ó carunungan, ay tapunan nang
caunting puri, at palibhasa,i, siyang nasa.

Sa pagsasalita,i, cun may mamali ó magalangan
nang pagsasabi, ay houag pangunahan. At cun
macapansin nang calupitan ó iba cayang capinta-
san, ay paraanin, at sucat ang ilagan.

Ang quinacausap, ay houag camamalasin na
parang may sisisiyasat, at houag namang italicód
ang mucha, na parang pinauaualang halaga ang

quinacausap. Cun marami ang caharáp, ay houag
iisa lamang ang tatapunan nang salitá, at tatalic-
dán ang lahat, sapagca.t, mahahabag sa sariling
calooban. Nguni,t, cun may mataas na tauo sa
mga causap, ay siyang causapin, gayon man, ay di
carapatang paualang halaga ang iba.

Cun darating sa isang pagpulong ay houag mag-
usisa cun anong pinagsasalitaan, laò na at cun
ibig ilihim.

Cun ang manga capulong iba,t, iba ang uri, may
mataas, may mababa ay babagayan naman ang
isa,t, isa nang ucol sa paquiquipagusap, houag
magcuculang sa cani-caniyang calagáyan. Adios
Feliza. - Urbana.

PARAAN NANG PAGSULAT.

MANILA.....

MINAMAHAL CONG CAPATID: Ang isang sulat ay
isang pagsalin sa papel nang na sa isip at sa loob,
pinagcacatiuala. at nang matantó nang pinagpapa-
dalhán.

Ang sulat ay isang salitaan sa papel, caya ang
letra ay dapat linauan, at ang pangungusap ay
ilagay sa ugali.

Cun ang sinusulatan ay caibigan at capahayagan
nang loob ay pahintulot ang humaba ang sulat, at
palibhasa,i, marami ang masasaysay.

Cun ang ibig sabihin sa sulat, ay isang bagay
lamang, at ang sinusulatan ay di caibigan, hindi
catampatan ang magsaysay nang ibang bagay.

Ang sulat, ay ibabagay sa sinusulatan, at gayon
din ibabagay ang paquiqui usap.

Iba ang sulat nang mataás sa mababang tauo, at nang mababa sa mataás; iba ang sulat nang matanda sa bata, at nang bata sa matanda.

Ang gulang na cailangang gamitin nang bata sa matanda i, hindi cailangan sa sulat nang matandá sa bata; maliban na lamang, cun sa bata ay may naquiquitang bagay na sucat igalang.

Ang di pagcatutong maghanay nang sulat, ang sumulat nang libis sa reglas nang arte; na ang tauag ay *gramática,* ay nagsasaysay na ang sumulat ay culang sa pag-aaral.

Salamat Feliza, at icao ay nagsaquit matutó; at si Honesto ay pinagsasaquitan mo.

Ang sumulat nang libis sa regla , ay capintasán sa isang dalaga, at lalong pansin sa manga lalaqui.

Ang papel na gagamitin, ay malinis at fino, lalo cun ang sinusulatan ay di caratihan.

Ang sulat, bago ipadala, ay sarhan at laguian nang sello.

Pagtangap nang sulat, cun sa biglaan, ay catampatang saguting madali, at di man biglaan, ay dapat na sagutin, at ang di pagsagot, ay nagsasaysay na tayo ay culang sa pinagaralan.

Ang bigcás nang sabi, ay houag tataasan, at nang di mauica na tayo,i, nagpapalalo: ilagay sa catatagán at nang di icapintas sa atin.

May bago ngayong caugalian na ang sobre ó taquip nang sulat, ay bucod na papel: ang sulat ay ipaloloob sa sobre, at sa licod ay di sinusulatan nang ngalan nang pinadadalhan.

Ang pliegong gagamitin ay boó, cahit manga ilang uica lamang ang itatalá sa papel.

Bago sumulat, ay isipin muna; at nang di tayo

3

macapagbigay poot; lilinauan, at nang di i·ucol sa masama.

Cun maraming bagay ang sasabihin, ay pagbuc-din-bucdin, at di dapat na pagpisanin sa isang pitac: at sa pinacadaquila ó mahalagang bagay ucol na simulán.

Ang letrang diquit-diguit na nacaguguló, ang dalauang uica na di paghiualayin, ang ngalan nang tauo, ciudad ó bayan na di punoan nang muyúscula ó letrang malaqui, ay pangit sa isang lalaqui at capintasan sa isang babaye; gayon ang alin mang mali na laban sa regla nang arte.

Ang pagticlop nang sulat, ang paglalagay nang oblea ay pagbubutihin, at nang mahusay tingnan.

Ang lacre, ay na·aari rin namang ipagsará, nguni madaling masira; ang obleang mabuting gamitin ay ang maliliit at maquiquintab.

Ang ticlop nang sulat ay matouid ang sa manga camahalan, na ang bansag ay de *etiqueta* at negocio, apat ang ticlop; sa itaas, sa ibabá, sa caliua,t, sa canan; at sa manga babayeng mahal at masisilang ay maquitid at maliit, gayon din ang manga billete.

Cun ang sinusulatan ay papel de *esquelas,* ang fecha ay ibaba nang firma, at dacong caliuá.

Ang cumatcat nang letra sa sulat, ay nacarurumi sa papel at nagbabansag nang di carunungan.

Salamat Feliza, at ang manga sulat ni Honesto na ipinaquita mo sa aquin, ay malilinis, at alinsunod sa reglas nang arte.

Gayon man, tingnan nang capatid nating bunso ang regla sapagsulat na ipadadala co.

Cay ama at cay ina, humahalic aco sa camay. Ingatan cayo nang Panginoong Dios.—URBANA.

REGLA SA PAGSULAT

Manila.....

FELIZA: Alinsunod sa sinabi co sa iyo na aco,i, magpapadala nang reglas sa pagsulat, ipababasa mo cay Honesto itong mga casunod.

Pupunuan nang mayusculas ang mga pangalan at apellido nang tauo, caparis nang *Francisco Baltazar*; ang sa mga caharian, Ciudad, bayan, provincia, bundoc, dagat, ilog, batis para nang *España Maynila, Biñang, Batangas, Arayat, Océano, Pasig, Bumbuñgan*; gayon din ang ñgalan nang carunuñgan, para nang *Teología*, nang *Artes*, para nang *Gramática, Poecia*; gayon din ang ñgalau nang manga catungculan, para nang *General, Papa, Arzobispo*.

Gayon man cun sa *Oración* ó isang sabing boó ang manga ñgalan nang carunuñgan, artes, at iba pang sinabi co, ay di pinacapañgulo, ay pupunuan nang letrang munti, caparis niton halimbauang casunod; si *Benito* at si *Mariano* ay capoua nagaral sa pandayan.

Feliza, turuan si Honesto nang matutong maglagay sa sulat nang manga notas ó tanda. Ang manga uotas ay ito: *Coma* (,): *Punto y coma* (;): *Dos puntos* ( ): *Admiracion* (!): *Interrogacion* (?): *Paréntesis* (): *Puntos suspensivos* (::::) *Etcétera* ó *Etcétera* (&c.): *Acentos* (áàâ): *Rayas ó comillas*——».

Ang *Coma*, ay ilalagay sa manga pag itan nang manga pañgalan: *Vito, Teodoro, Pedro*; gayon din sa pag itan nang baua,t, isang Oración, cun di pa tapos, ang cahulugan nang ibig saysayin; para nitong halimbauang casunod; si *Eva*,i, tinocso nang demonio, ay nagcasala sa Dios, at si Eva naman ang humicayat cay Adan.

Ang *Punto* ay ilalagay sa catapusan nang *Oración*; cun dito,i, nabobuo, an cahulugan nang ibig nating sabihin sa papel.

Ang *Punto y Coma,* ay tanda nang pagcacaiba ó pagcacalaban nang cahulugan nang magcacasunod na sabi ú *Oración;* caya sa pag itan ilalagay itong manğa uicang *datapuoa, nğuni, gayon man.* Tingnan itong halimbaua: *ang tauo,i, binig-yan nang Dios nang bait at loob; nğuni,t, sumuay sa caniyang manğa utos.*

Ang dalauang *Punto,* ay inilalagay, at nang maalaman na hindi pa tapos ang ating ibig sabihin ay ga uari tapos na; inilalagay, at ang cahulugan ay may cahulugan pa. Tingnan itong halimbaua: *ang manğa cahatulán nang Santo Evangelio,* ay Santo; at laban sa cahatulan nang mundo.

Ang *Paréntesis,* ay inilalagay sa puno at dulo nğ *Oración,* na nagpapalinao nang sabi; nğuni,t, cun alisin man ay di nacasisira nang cahulugan, Tingnan itong halimbaua: *cun icao ay magcasala (houag din nauang itulot nang Dios,) ang gamot, ay ang magsisi.*

Ang *Interrogación,* ay parang S na baligtad, at sa ulo,i, may punto; inilalagay sa isang tanong. Tingnan itong halimbaua: *¿Icao, ay cristiano na?*

Ang *Admiración,* isang tanda na nagpapaaninao nang tunog na ibig nating ibigay sa pagtataca ó daing; ang tanda. ay isang guhit na patindig, sa ulo ay may punto; caparis nitong halimbaua:¡ *Ay at aco,i, napahamac ¡Laquing caululán nang tawong nanğanğahas magcasala!*

Ang *Puntos suspensivos*, ay inilalagay, at ang
cahulugan, ay ang cabatulang guinagamit natin, ay
di sarili, cun di sa iba: quinucuha ang cailañgan
at iniiuan ang hindi. Inilalagay rin naman sa pi-
nuputol na sabi, at di itinutuloy caparis nito; *da-
ñgang pinanonood tayo nang Dios ay:.::*

Ang uicang *Etcétera*, na ang tanda ay ito *&c.*
ang cahulugan, ay ang ating sinaysay, ay sucat
na, iniiuan ang iba, at nang di macasamá.

Ang *Acentos*, ay mañga guhit na para nito áàâ
na cung ilagay sa ibabau nang vocal, humahaba,
ó diyan binibigatan ang bigcas nang sabi. Ting-
nan dito sa dalauang uica: *Hába, Habá*.

Ang mañga *Comillas ó Rayas*, ab nagsasaysay
na ang lahat na talata na may lagay sa guilid,
ay sipi sa iba; guinagamit, at pangtibay sa ipi-
nahahayag sa atin.

Ang *Guion*, ay nalisan co. Ito,i, isang guhit na
pahigá, na inilalagay sa dulo nang talata. Cun ang
isang uica,i, hindi magcasiya sa talata, ay binaba-
hagui sa dalauang magcasunód. Ang sang bahagui
ay sa itaas, ang isa,i, sa casunód, at sa pag-itan
nang uica, ay may *Guion*, ó guhit, para nito: *May-
nila, Mali bay*

Ang *Punto* naman, ay naquiquilala sa tandang
ito [.] Inilalagay, cun buo,t, tapos na ang caisipan
natin, na ibig nating isaysay sa isang oración, at
ang casunod pinupunuan nang letra *Mayúscula*.

Cun mangyayari disin, ay dapat pagsaquitan ng
mañga maestros at maestras na ang mañga batang
escuela, ay matutong bumasa nang sulat; at sumu-
lat, bucod sa ibang bagay na dapat ituro. Hindi
ang maca yari lamang nang letra, cun di maca
sulat nang tapát.

Ang sulat na lihis sa reglas, ay bucod sa naca-iinip basahin, ay nacasisira nang cahulugan, at nag-sasabi ang di caalamang sumulat.

Ituro mong magaling, Feliza, cay Honesto itong manga reglas na aquing padala sa iyo, at marahil ay hindi lamang siya ang maquiquinabang. Isulat mo sa aquin cun caniyang sinusunod. Adios ca-patid co.—URBANA.

TAPAT NA CASIPAGAN

NANG BATA SA PAGAARAL

PAOMBONG.......

URBANA: Tinangáp co ang manga sulat mo aco,i, napapasalamat sa iyo at cami ni Honesto ay pinagsasaquitan mong matuto.

Aquing iniutos sa caniya na pagaralan itong ma-nga reglas na padala mo; tinangap nang boong toua at nagsaquit magaral. Sa caniyang pagpipilit ay natuto; at ang uica mo na di lamang siya ang maquiquinabang av pinatutuhanan. Nang matutu-han na, ay itinuturo naman sa iba; at palibhasa,i, ang magaling ay hindi matahimic sa isa cun di sa calahatan. Ngayon ang manga escuela,i, nagca-cahayahan, nagpapaquitaan nang cani-canilang sulat at cun may mabating mali nang capoua bata, ay binabago ang sulat. Ang sulat cong ito ay letra ni Honesto. Adios Urbana.—FELIZA.

SA CATUNGCULAN SA BAYAN.

Si Urbana cay Feliza.—MANILA...

FELIZA: Si Honesto,i, cun macatapos na nang
pag-aaral matutong bumasa nang sulat, sumulat,
cuenta at dumating ang capanahunang lumagay sa
estado, ay di ma'ayo ang siya,i, gauing puno sa
bayan, caya minatapat co sa loob na isulat sa iyo
ang caniyang aasalin, cun siya,i, magca catuugcu-
lan, at ang sulat na ito,i, ingatan mo at nang may
pagcaaninauan cun maguing cailangan. Ang mga
camahalan sa bayan, ang cahalimbaua,i, corona na
di ipinagcacaloob cun di sa may carapatan, caya di
dapat pagpilitang camtan cun di tanguihan. cun ina-
acala na di niya icamamahal, sa macatouid, cun
di mapapurihan ang camahalan. Ang corona, ca-
mahalan at carangalan, ang dapat humanap nang
ulo na puputungan, at di ang ulo ang dapat
humanap nang coronang ipuputong. Ang ca-
rangalan, sa caraniuan. ay may calangcap na ma-
bigat na catungculan, caya bago pahicayat ang loob
nang tauo sa pagnanasa nang carangalan, ay ilingap
muna ang mata sa catungculan, at pagtimbangtim,
bangin cun macacayanang pasanin. Pagaacalain
ang sariling carunungan, cabaitan at lacas, itim-
bang sa cabigatan nang catungculan, at cung ang
lahat nang ito,i, magcatimbang-timbang, saca pahi-
nuhod ang loob sa pagtangap nang catungculan,
nguni hindi rin dapat paguasaan at pagpilitang

camtán, cun di ang tangapin, cun pagcaisahan ng
bayan, at maguing calooban nang Dios.

Ang magnasang magcamit nang camahalan sa
bayan, sa caraniuan ay hindi magandang nasa, sa-
pagca ang pinagcacadahilanan ay di ang magaling
na gayac nang loob na siya,i, paquinabangan nang
tauo, cun di ang siya ang maquinabang sa cama-
halan; hindi ang pagtitiis nang hirap sa pagtupad
nang catungculan, cun di ang siya,i, maguinhaua-
han; hindi ang siya,i, pagcaguinhauahan nang tauo
cun di ang siya,i, paguinhauahin nang tauong ca-
niyang pinagpupunoan.

Ang masaquim sa camahalan, sa caraniuan ay
hindi marunong tumupad nang catungculan, sa-
pagca,t, hindi ang catungculan, cun di ang cama-
halan ang pinagsasaquiman; salat sa bait. sapag-
ca,t, cun may iningat na bait, ay maquiquilala
ang cabigatan, ay hindi pagpipilitan cuu di tatan-
guihan, caya marami ang naquiquitang pabaya sa
bayan, ualang hinaharap cun di ang sariling ca-
guinhauahan; aug mayaman ay quinacabig, at ang
imbi ay ini-iring. Caya Feliza, ingatan mo si Ho-
nesto, pagdating nang capanahonan, tapunan mo
nang magandang aral, nang houag pumaris sa iba
na ualang iniisip cun di ang tingal iu sa caibu-
turan nang camahalan, sucuan igalang at pintuhoin
nang tauo sa bayan.

Huag limutin ni Honesto, na ang carangalan sa
mundo, ay para rin nang mundo, na may cata-
pusan; ang fortuna ó capalaran nang tauo, ay tu-
lad sa rueda na pipihit-pihit, ang na sa itaas nga-
yon, mamaya,i, mapapailaliuan, ang tinitingalá nga-
yon, bucas ay uayuyuracau, caya hindi ang dapat
tingnan lamang, ay ang panahong hinaharap, cun

di sampo nang haharapin. Itanim mo sa caniyang
dibdib, ang pagtupad naug catungculan, na sacali
ay tatangapin niya, sapagca,t, may pagsusulitan
may justicia sa lupa,t, may justicia sa langit; ang
malisan nang justicia rito, ay di macaliligtas sa
justicia nang Dios.

Houag magpalalo, sapagca,t, ang puno at pinag-
pupunoan, ay di man magcasing uri, ay isa rin
ang pinangaligñan, isa ang pagcacaraanan at isa
rin naman ang caoouian; Dios, ang pinangaligñan
magdaraang lahat sa hocoman nang Dios at Dios
din naman ang caoouian.

Houag magpaquita nang calupitan sa pagnana-
sang igalang nang tauo, sapagca,t, hindi ang catam-
palasanan, cun di ang pagtunton sa matouid, at pag-
papaquita nang magandang loob, ang iguinagalang
at minamahal nang tauo. Mahal man, at cun ma-
lupit, ay di mamahal, cun di quinalulupitan, at
pagca talingid ay pinag lililohan nang caniyang pi-
naglulupitan. Ang capurihan nang mahal na tauo
ay na sa pagmamahal sa asal, at pagpapaquita ng
loob, paninihag nang puso nang tauo; nguni ang
pagmamalaqui at pagmamataas, ay tandang pinag-
cacaquilanlan nang caiclian nang isip, at pinagca-
dahilan nang pagcapoot nang caniyang capoua.

Cailan ma,i, houg lilimutin nang puno ang ca-
niyang catungculan, lumigñap sa lahat, mahal man
at hindi, sapagca,t, cun ang paglingap niya ay la-
ganap sa lahat, ay di lamang siya ang mamahalin
nang tauo, cun di sampo nang caniyang familia, at
sa panahon nang caguipitan, ay di magpapabaya
ang caniyang pinagpaquitaan nang magaling.

Pacatatandaan, na ang isang guinoo, ó mahal
na marunong tumupad nang catungculan, tapat na

loob sa mga caibigan, mapagampon sa manga ma-
bababa, maauain sa mahirap, ang ganitong mahal
ay ligaya at capurihan nang bayan, at hari nang
lahat nang pusò. Sa catagang uica,i, ang tunay na
camahalan, ay na sa pagmamahal sa asal, at pag-
gaua nang magaling.

Unti-unti, Feliza, na ipapuiquilala mo cay Hones-
to ang cahalagahan nang mahal na asal, nan pag-
tuntón sa matouid at cagandahan nang loob. Italà
mo sa caniyang dibdib, na ang báculo trono, co-
rona ma,t, cetro ay ualang halaga, cun di napa-
pamutihan nitong mahahalagang hiyas, Ipahayag mo
cay ama,t, cay ina ang cagalangang co sa canila.
Adios, Felisa, hangang sa isang sulat.—URBANA.

PAGIIBIGAN.

Si Urbana cay Feliza.—MANILA...

FELIZA: Ang marunong maquipagcapua tauo,
saan saan ma,i, pinacamamahal, at isang tandang
pinagcacaquilanlan, na may pinagaralang bait. Sa
paquiquipagusap nang isang pinagpupunoan sa ca-
niyang puno, ay di lubhang maquiquilala ang ma-
runong maquipagcapoua tauo, sapagca,t, sa tacot ó
sa alang alang, ay nacapagpapangap nang mahal
na asal na uala sa dibdib, nguni,t, sa paquiqnisa-
ma,. ó sa paquiquipag-usap sa caniyang caparis, ay
divan naquiquilala ang marunong maquipagcapoua
tauo, at ang hindi; ang may mahal na asal, ó asal

ang tayo, ipinamayagpag ang pacpác, at sinabayan
nang huni, nabucsan ang tucá; nalaglag ang queso,i,
quinain nang alamid. Sa ang ouac ay magcaga-
yon, ay nagdalá nang malaquing hiya, at naqui-
lala na siya,i, inaring ulol, at pinagdayaan nang
alamid.

May pagpapalagayan nang loob, na bunga nang
tapat na pagiibigan. Sasavsayin co Feliza, ang
manga regla na dapat alinsunurin. Magbibigay
luhód sa casama ó caibigan, pagbibigyang honor
ó puri, nguni ang pagbibigay ay tapat sa loob, at
di paimbabao. Houag magnasang pintuhoin at
igalang nang caibigan cun di mamahalin, na para
nang pagmamahal niya sa sarili. Hindi ang isa
lamang ang magpapaquita nang loob, cun di ca-
poua magpapaquitaan. Hindi maghahanapan nang
cagalangang ucol sa naquiquilalang puno; datapo-
ua,i, ibinabaual naman ang calapastanganan. Cun
ang isa,i, naquiquitaan nang casiraan, ay dapat
sabihin nang isa, nang banayad at mahusay na
sabi, nang houag mapuiaan ang caibigan; dapat
naman tangapin nang pinagsasabihan ang magan-
dang hatol nang nagtatapat loob sa caniya Cua
ang caibigan av maquitaan nang cabaitan at tapat
na loob ay pagsasangunian, at di naman dapat
pagcaitan nang magandang hatol ang nunuhang
sanguni. Cun ang isa,i, pinaguupasalaan, ay dapat
ipagtangól nang nacaririnig na caibigan, ipahaha-
yag ang caniyang cabutihan at nang houag masi-
raan nang puri. Maglilingcód at sasaclolo sa pana-
hón nang caguipitan at casacunaan; sa catagang
sabi,i, ang caibigan ay naquiquilala, sa bilangoan
sa saquit at sa camatayan Ang pagiibigan, ay
isang caguilio-guilio na tanicalang guintó. na tu-

matali sa dalauang pusó; nguni,t, mahirap hanapin, at palibhasa,i, mahalagang tanicalá. Caiingat si Honesto sa pagiibigan, malasin cun sino ang pinagcacatiualaan nang caniyang puso; tingnan cun tapát na loob, mahal na asal, may pinagaralang bait, marunong sumaclolo sa arao nang panganib at cun maquita niya itong may manga halagang biyas saca naman ipagcatiuala ang caniyang loob Nguni, at cun sa bala na, ay maquiquipagibigan cun masaui sa palad na tumaua nang maiupit na asal, salat sa cabaitan, ualang hinahangad cun di ang sarili niyang paquinabang, ay mapapahamac ang canitang bunsó; masisira ang magandang asal na tinangap sa ating magulang, at matatapos ang cabaitang sa iyo,i, pinagaralan.

Papamihasahin mo naman ang caniyang puso sa paggaua nang magaling sa iba, nguni, sa bagay na ito, iilagan ang pagimbót na siya,i, gantihin sa ipinautang na loob. Cun may gumauá nang magaling sa caniya ay pasasalamatan, quilanlin ang utang, at gumanti sa capanahonan, sapagca,t, iaang capalamarahán, isang casiraan nang puri, ang di cumilala sa utang na loob. Adios, Feliza. —URBANA.

SA PIGUING.

Si Urbana cay Feliza.—MANILA...

FELIZA: Cun icao at ni Honesto, ay maanyayahan sa isang piguing, ay dagdagan ang ingat

at maraming lubha ang pagcacamal-an. Pagdating
nang bahay, ay magbibigay nang magandang gabí,
ó magandang arao sa mav babay‘ sacá isusunod
ang manͨga caharap, houag magpapatuloy sa ca-
baha an hangaɪg di inaanyayahan, bago lumucloc
ay hintin muna na pagsabihan, at houag pipili
nang mahal na loclocan, sapagca mahanͨgay ipag
utos nang may bahay na uma is ca sa mababa at
umaquiat ca sa mataas, na cun na sa mataas ay
paalisin at ituro sa mababa Sa paguuͮpocan ay
caiinͨgatan ang quilos, tiuͨgin at paɪ ͨgunͨgusap, at
baca maquitaan nang cagasɪ anͨgao, ay cahiɪa hiya.

Sa isang piguing ay maraming lubha ang ma-
sasamang gauang naquiquita, na laban sa calinisan
sa cabaitan at sa camabalan nang asal.

May maquiquita cang guinoó, na palibbasa,i,
inaaring mataas nang iba, ay guinagaua aͨg asal
na di nagpipitagan sa may bahay. Palinͨgap-linͨgap
ang mata, sa magcabi cabilang suloc, tinitinguan
áng handa, at pag may di naibigan ay pinipinta-
sán, na halos murahin ang may piguing.

May maquiquita ca naman, na pagpanhic sa ba-
hay, ang sombrero,i, ṇa sa ulo, ang baston ay di
mabitiuan; di nagpupugay sa may bahay, pagbucá
nang bibig ay nacatutulig, at ͺagsasalita i, siya ang
marunong, siya anͨ may bait siya ang matapang,
ang mayaman at mahal na asal; bago,i, ua ang
pang-sira sa piguing na paris niya. Ang labat na
ito ay sucat iɪagan Sa madlang bagay na inihа-
handa nang may piguing, hindi mauauﬡlan nang
sucat cauiuilihan nang mata: cun may ipaquita
ang may bahay, na parang ipinagpaparanͨgalan,
cun may cabutihan ay taponan nang **caunting puri,**

at cun may capintasán man ay magualang bahala
houag pupulaan, at nang di ang dalamhati ang
matubo nang caua auang nagpagod. Cun nangaan-
yaya sa pagcain ang may piguing, ay houag mag-
papauna sa lahat, nang houag uicaing salangapang
 nguni,t, masama rin naman ang pinagcacahirapang
anyayahang, sapagca,t, quinayayamotan.

Sa lamesa, ay sabihin mo cay Honesto, na cun
macaquita nang bata na naquiqui guiit sa matanda,
idinuducot ang camay, naquiquicain, ay di ina-an-
yayahan, ay pacailagan ang gayong masamang asal
sapagca,t, nacasisira nang puri sa magulang at na-
uiuica na di tinuroan nang magandang caasálan.
Houag maquiquiloclóc sa matatanda, cun di pag-
utusan at pilit pilitin Sa pagcain, ay iilagan ang
pag uubó, at cun hindi mangyari ay tumindig, ga-
yon din naman ang paglura, pagdahác, pagsinga,
ang pagbahin, at cun di maiilagan at cun minsan
ay mabiglaanan, lumingon sa cabila, tacpan ang
bibig nang panyó, at nang houag mahalatang lub-
ha. Ilagan nang bata ang pagcamot camot, at iba
pang gauang cahangalan sa pagcain. Houag mag-
papauna sa matatandá sa pagsubo; houag magsa-
salita cun di tinatanong, at cun matanong naman
ay sumagot nang maicli at banayad; nguni, lilini-
sin muna ang bibig nang servilleta cun mayroon,
at cun ualá ay panyó at houag sasagót nang lu-
milinab ang bibig at namumualan. Houag mag-
papaquita nang galit sa naglilingcód sa lamesa,
sapagca,t, isang caualan nang bait, na para rin na-
man nang cumaing namumunó ang bibig, nagdu-
dumali dalás-dalàs at malalaqui ang subo, di pa
nalululón ang isa,i, susundan na naman, ó nama-
mutictic ang canin at naglilináb; sapagca,t, maha-

halata ang catacauan at casalaulaan. Ang pagcain
ay banayad, ang subo ay cataintaman, hindi ma-
lalaqui at da ás dalás, patungó ang mata at di nag-
mamasid sa quinacasalo, ay tandang pinagcaca-
quilanlau nang cabaita,t, cahinhinan. Iilagang ma-
rumhan ang mantel, lamesa, nang sabao, alac ó
tubig nang di mapahamac, cun ang hinahauacan
ay vaso, cuchara, ó copa, ay houag punuin, at
nang di mabubó. Ang magpaquita nang lambing
at magpairi iri ay nacamumuhi sa bata. Ang hu-
mimod sa daliri, hipan ang mainit na sabao, la-
masin ang ulam, manguipaldal aug pingang qui-
nacanan, cagatin ang ulam, at saca isauli sa pi-
nangalingang pingan; uminom sa copa nang alac,
ó vaso nang tubig na di nililinis ang labi, ay pa-
uang casalau aang nacapandidiri sa nacacaquitang
tauo. Ang uminom nang alac, ay masamang ting-
nan sa bata, at lalong masama ang mahalatang
maibiguin sa alac. Cnu matanda at iinóm ay mag-
lagay sa copa nang caniyang mauubos, acalain ang
maiinóm, sapagca,t, cun may matirá, ay pandidi-
rihan nang iba, at bago uminóm ay linisin ang
bibig, gayon din naman cun matapos Hindi na-
uucol na magpainóm sa isang copa ó vaso cun
maraming magagamit, sapagca,t, cun mainuman ng̃
isa ay pandidirihan nang iba. Cun baga,t, nag-
tatagayan, ay houag pipilitin ang capoua na pai-
nomin nang di macayanan, nang houag macapa-
hamac, at nang di siya ang pagcadahilanan nang
pang̃ung̃uaad nang masama, paggaua nang di ma-
tuuid, cun baga,t, mapagdimlan na ang isip Cun
hihing̃i nang alac, ay houag ipang̃usap nang ma-
lacás, cun di ihiuatig lamang sa namamahala.
Houag nagpapahulí sa lahat sa pagcain, at houag

hamang magpapauna nang pagtindig, cundi paunahin ang matanda. Cun may iaabot sa iba, magoui nang ulam at ano mang bagay, ay houag lamasin at nang di pandiriban. Ang maganyayaug mulán ang pagcain, ay nauucol sa may piguing at di sa pinipiguing, at nararpat naman na sayahan ang muc há nang nagaanyaya at nang di maquimi ang inaanyayaban. Ang magsucbit nang matamis ó maglagay sa bulsa nang ano mang macacain, ay isang catacauang nacahihiya; nguni, cun may matanda na magaabot sa bata, ay dapat tangapin at cacaraca,i, pasalamatan ang nagmagandang loob.

Cun darampót nang vaso nang tubig, ay tingnan muna cun malinis ang daliri, at nang di marumhan ang hahauacan; houag isusubo ang daliri sa loob, sapagca,t, cun maquita nang maselang matá, ay mandidiri. Sa pag inóm, cun mangyayari ay gamitin ang dalauang camáy, ang manga daliri ay sa dacong puno, houag ipapatong sa labi nang vaso ó saro at nang di casuclamán. Pagtindig ó bago umalis sa dulang, ay magpapasalamat sa Dios; nguni, ang dapat mamuno ay ang may bahay, ó may piguing; at cun may sacerdoteng casalo ay sa caniya nauucol, at pagcatapos, ay magpasalamat sa may bahay. Nauucol disin na ituro nang magulang, ó maestro sa escuela ang pag bebendición sa dulang, ang pagpapasalamat sa Dios, sa manga bata, gayon din naman ang magandang cahatulan na isinulat co, sa iyo Feliza, laquing caligayaban ang aquing cacamtan, cun si Honesto,i, maquita co, na marunong maquipagcapoua tauo at sa paquiquipagharáp sa puno sa bayan, sa manga sacerdotes, sa matatandá, magui-

4

noó, sa capoua bata, at itinutunton sa gubit ang asal, quilos at pañguñgusap Quiquilanling cong utang cay ama, cay ina,t, sa iyo, cun sa isang pi guing ay di magpaquita nang catacauan, cahañga lan, cun di cabaita,t, cahinhinan, sapagca,t, ma guiguing capurihan nang umaral na magulang at carañgalan mo naman; ¡oh Feliza! sapagca,t, catu long ca sa pagcacalinga. Adios, hangang sa isang sulat.—URBANA.

SA CALINISAN

MANILA......

MINAMAHAL CONG CAPATID: Alinsunod sa pagsu nód co sa cahiñgian mo na isulat co sa iyo ang mágandang aral na aquing tinangap sa maestra, ay minatapat co na dito i ipahayag sa iyo ang ayon sa calinisan. Tanto co na icao at si Ho nesto hinguil sa magandang asal na ito, ñguni dito,i, siya co ring saysay at ang aquing nasa,i, siyang cauilihan nang iyong loob at panatilihan, sapagca,t, ang cahusayan at calinisan sa asal ay salamin nang calinisan nang caloloua.

Pagca tapos nang pagpupuri sa Dios, ang pag· pilitan nang tauo ay ang paglilinis nang catauan, na para nang aquing sinaysay sa mañga unang sulat, ay isusunod ang pagsisicap na ang damit na isosoot at malinis; at ang calinisang ito ay di dapat limutin nang tauo sa bahay man, sa simbahan at sa lansañgan man sapagca,t, ang calinisan at cahusayan sa batá ó binata, sa may asaua, ó sa dalaga ay hiyas na quinalulugdan nang mata at quinauiuilihan nang loob. Ang calinisan at cahusayan, anaquin; sapagca,t, malinis man at mariquit ang damit, cun ualang cahusayan, ay di nagbibigay dilag sa dinaramtan. Bucod sa calinisan at cahusayang hinihiñgi, ay cailañgan din naman ang pagbabagay-bagay sapagca,t, napatataua ang hindi marunong magucol ucol nang damit, na caparis nang lucsa na sa pula; gayon din naman ang pagsasalit nang may halagang cayo sa ducha at abang damit.

Cun ang pananamit na di nagcacabagay-bagay ay nacatataua, ang pananamit na mahalay ay nacasusuclam at nacaririmarim.

Cun magsoot ang isang babaye nang barong nañgañganinag, ualang tapapecho ó panaquip sa dibdib, ay nacasusuclam tingnan, at ang may panaquip man ay di rin naitatago ang catauan at cahit paganhin ang barong nañgañganinag sa isang babaye ay masamang tingnan, sapagca,t, naquiquita ang calahati nang catauan.

Salamat, Feliza, sa iyong magandang ugali, na pinagsususón mo ang baro, at iniiñgatan mong maquita nang matá ang iyong catauan. Ang magluang nang bilog, ang mamaro nang maicli, ang babaye na di marunong magiñgat nang caniyang pagquilos, ay parang itinatanyag ang catauan sa mata nang tauo.

Sucat alalahanín nang mañga namamaling binibini ang malinis na uaní nang isda, na tinatauag na *Pesmulier*. Ang isdang ito, ang sabi, ay may suso sa dibdib, ang palicpic ay malalapad: pagnahuli nang mañgiñgisda, caraca raca ay ibanababá ang palicpic at itinataquip sa dibdib at nang di maquita. ¡Magandang caasalan na sucat pagcunang halimbaua nating mañga babaye!

Casunód nang calinisan sa pananamit ang ca-
linisan at cahusayan sa pamamahay; sapagca,t,
ang carumihan at caguluhán ay nagbabantóg sa
nananhic na ang namamahay ay cu ang sa bait,
anyaya at magasó. At nang pagcaratihan mo, Fe-
liza, ay hatol co sa iyo na anomang gamitin mo
ay isauli sa pinagcunang lugar, at bago isauli ay
linisin cun narumihán. Ang hagdanan, cocina at
hihigan ang nagsasaysay nang calinisan nang
may bahay, caya dapat pagiiñgatan.

Sucat na tandaan na g isang dalaga na siya
ma,i, maganda, mayaman at marunong maghiyas
cun di marunong mamahay, ay uala ring hala-
gá sa marunong magmasid: sapagca,t, ang baba-
ye ang nagiiñgat nang susi nang carañgalan sa pama
mahay, carañgalang sinisira nang sambulat na bahaye.

Cun ang calinisan ay hinihiñgi, sa tauo sa sa-
riling catauan at sa pamamahay ay hinihiñgi rin
naman sa pagharap sa tauo. Ito ang dahilan at
pañguñgusap quilos, pagtiñgin at boong caasalàn
ay sucat iñgatan na houag maquitaan nang casa-
laulaan ó anyong masama na icapipintás.

Cun tayo,i, naquiqui usap ay houag i abot ang
camay cun baga,t, marumi at nang di pangdi-
rihan: at sacali,t, hiñgin, ay itangui at isaysay ang
cadahilanan.

Sa pagcain, ang ano mang bagay na ating ga-
mitin at marumihan nang camay ó nang ating
bibig ay di dapat i-abot sa casalo.

Ano mang gamit natin sa pamamahay ay houag
ipagamit sa iba cun pangdidirihan, maliban na
lamang cun na sa caguipitan at ualá nang ma
gamit na iba, at capos naman sa panahong su-
cat ipaglinis.

Sa pangingibang bahay naman ay dapat ang pagingat. Sa paggamit nang casangcapan nang may bahay ay di ucol ang ualang uastó, ualang cahusayan at calinisan, sapagca,t, nacamumuhi.

Ang manhic sa ibang bahay na di malinis ang chapin ó paá, ay nacagagalit sa may bahay, caya dapat maglinis muna sa pamahiran nang paa.

Sa pagpanhic sa hagdanan ay houag mananabaco, lalo,t, cun ang sinasadya ay tauong mayselan. Cun macapanhic na, macapag bigay galang sa may bahay, houag caracaraca,i, umupó cun di cun pagutusan: at sacali,t, dumating ang ibang tauo ay alayan nang loclocan, at cun bagá ualá nang iba cun di ang inu-upoan natin ay siyang i-alay.

Ang mangahas bumuclat nang libro ó sulat, ó dumampót caya nang ano mang bagay na maquita sa mesa, ay asal nang tauong hamac.

Ang magsalitá nang nacasusuclám sa caharáp ay masamang paquingan, at totoong pangit sa isang binibini.

Gayon man, ang magandang caasalan ay naguiguing viciong nacacamuhi, cun pinalalampas sa guhit. Nacapopoot sa manga casambahay, at sa sinasamáng palad na nacacasama sa manga paglacad sa cati, sa paglayag sa caragatan, ay nacápagbibigáy poot cun maquita na ang anomang malapit, anomang maamóy, anomang mahipo ay pinangdidirihan.

Nacálulucod tingnan ang malinis sa pamamahay, sa pananamit, sa mga paggauà at sa boong caasalan: nguni ang lahat nang bagay dito sa mundó ay dapat ituntóng sa guhit, na di ucol na lampasán.

Ang cahusayan at calinisan ay hiyas na hina-
hanap sa babaye at gayon din sa lalaqui, ñguni
alalahanin na ang ating mañga casangcapan, da-
mit at madlang pagaari sa mundo at talagang
ipaghlilingcod sa tauo. Caya cahima,t, mahalaga
ang anomang pagaari, ay di sucat mahalin ñang
ating puso, di dapat na pagubusan nang ating
lacas.

Cun sa pagmamahal sa asal, at sa calinisan
ay nágcuculang ang mañga babaye, ay lalo ang
mañga lalaqui.

Namamasdan ñgayon ang mamaro nang maicli,
ang salauál ay manipis at madalang, ¿ano ang
sinasaysay nang asal na ito?

Ang sinasaysay ay casalaulaan, caculañgan nang
hiya at bait nang sumusunod sa mahalay na
moda.

Masamang caasalan na pangsira sa mañga ca-
loloua, nunucao nang galit nang Dios na tayo,·
parusahan!

Ipagcaloob nauá nang Lañgit na maliuanagan
ang nagcacamaling bait nang cabinataan.

Iñgatan ca nang Dios, Feliza.—URBANA.

MANGA BILIN O REGLANG SUSUNDIN

SA PAGCAIN.

Si Urbana cay Feliza.—MANILA...

FELIZA: Ang isa pang pagcacaquilanlán sa tauo, na may pinagaralan, ay sa pagcain, caya ang tauo,i, hangang bata ay magaral, at nang houag maguipit sa capanahonan. Magmulá sa cabataan, hangaug sa tumanda, ay marami ang pagdaraanan. Hindi nalalaman cun siya,i, magmamaguinoo, o cun hindi, cun sino sinong tauo ang caniyang macacasalo sa pagcain, cun saan saang bayan siya mapapatungo; cun may pinagaralan, ay di mahihiya pagdating nang capanahonang gamitin ang caniyang carunungan.

Cahiman, Feliza, ay di caraniuan sa ating tagalog ang gumamit nang cubiertos (1) sa pagcain; dito,i, isusulat co rin ang manga cahatolang dapat alinsunurin Di mo cailanġan ang saysayin co sa iyo, pagca,t, datihang cang gumamit; nġuni quinacailanġan nang iba, na di nacaaalam, sapagca,t, cun maanyayahán sa isang piguing na di sumusubo nang camáy ¿ano ang masasapit cun di marunong? Capilitang mahihiya. Laqui nang nasa ,co, na ito,i, pagcaugalian sa catagalugan. Ang lahat nang nacion sa Europa, ang Americanos, may ganitong caugalian, sapagca,t, isang camahalan nang asal. At cahi-

_____

(1) Ang cubiertos ay ang cuchillo, tenedor at cuchara.

mas,t, ang Inchic, ay di gumagamit nang cubiertos sa pagcain, ay may sipit na sinasancáp, sapagca,t, aayao marumihan ang camay at nang di carimariman. Ang manĝa Turcos ay may ugáli sa pagcain na para nang tagalog; nĝuni sa panahong ito,i, nagaaral nang magcubiertos, lalo na ang manĝa guinoó, tumutulad sa manĝa taga Europa, sapagca,t, naquiquita ang calinisan nang ganitong pagcain. Aquing mumulang isulat ang manĝa regla.

Ang lamesa,i, lalatagan nang mantel na malinis, at sa ibábao nang servilleta ilalagay ang sopera (1) cun mayroon. Ang soperang ito, ay ilalagay sa harap nang magbabahagui nang sopas, na ang caraniuang mamahagui ay ang pinaca puno sa lamesa. Cun ilan ang uupó sa dulang, ay gáyon din namán ang bilang nang plato sopera; (2) sa caliua ilalagáy ang tenedor, sa canan ang cuchillo,t, cuchara na cung mangyayari maguing tatlong paris na pauang malilinis. Pagcatapos nang sopas, ay casunod ang puchero ó laoya na babahaguinin nang may catungculan. Cailanĝan, na ang magpipiguing ay humanap nang sirvienteng datihan sa ganitong pagcain, sapagca.t, cun di matuto ang uaglilincód sa dulang, ay mahihiya ang may piguing. Ang iba,i, may ugali, na pagcatapos cumain nang isang potage, ay naghahalili nang pingan at cubiertos, magmasid ang pinipiguing at maquiugali sa caniyang casalo. Quilanlin naman nang may piguing cun sino ang caniyang pinipi-

---

(1) Ang sopera ang linalagyan nang sopas na isang platong may taquip.

(2) Ang plato sopero ay pingang maluceong na ialagyan nang sopas.

guing at earampatang bagayan. Tingnan cun may ganitong ugali, at paquibagayan Nang di magca-gulo-gulo ang pámamahala sa meaa ay nauucol maghanda nang maraming pingang malinis sa isag bucòd na mesa, at magca hali halili Pagcatapos nang puchero. may ugali ang iba na isiunsunód ang manga guisado at saca ang prito, asado ó inihao. Ang salsa. ay ilalagáy sa salsero (1) na carániuang gamitin sa manga asado. Ang salsero ay houag saosauán, sapagca,t, isang casalanlaan.

Cun cailangang magsangcap nang salsa, ay mag-buhos nang caunti sa caniyang pingan, at cun ang salsero i tasa lamang av caoquin nang cucharang malinis Ang cuchara ó cuchillong marumi, ay di dapat gamitin sa ulam na nasa mesa, at nang di pangdirihan nang iba. May isa namang ugai, na ang namamahala sa mesa, at namamahagui nang ulam, ay ang manga casambahay ó caibigan caya nang may piguing. Ang isdá cun malaqui, ay dapat namang ilagay sa isang platong mahaba, at cun babahaguinin sa lamesa, ay hahatiin nang cuchillo sa taguiliran. magmulá sa ulo hangang buntot, cun maubos ang isang taguiliran ay isusunod ang cabilá. Cun ito,i, maubos naman, ay itaas ang tinic, at saca isunód na ipamahagui ang bandang tiyan. Cun ang isda,i maliliit, av ipamahaguing boó Cun may calac han ay pagputlin-putlin Ang pugo ay boong ipamahagui, cun malalaqui ang ibon ay agpuputin putlin sa isang pingang bucód, huhulihin ang casucasuaan nang pacpác, hita át nang huag paghirapan, ang pichó ó dibdib, ay cucunin nang paayón sa estauan, boó-boong piraso at di duduroguin.

(1) Ang salsero ay ang lalagyau naug salsa.

Ang jamon naman, ay lalapain muna ang tabá, na di ihihiualay sa casama, bábaligtarin ang balát na linapláp saca cucunin nang pasalapsáp sa loob, paayon sa quilabot, ninipisán nang pagcuha cun ilang lapang, ang cailanġan, ay siyang ipamahagui, at saca itataquip ang linapnáp na tabá. Ang iba,i, may ugali, na hinihiuang manipis nang paputól ang jamón. Sa pabo nama,i, ang unang quinucuha,i, ang buchi, isinusunód ang hita, at saca ang dibdib, na hin hiua nang pahabá. Di ang caraniuang gamit ay ang trinchante. (1)

Ang pastel at relleno, ay inaalisán muna náng pinacataquip, quinucuha ang lamán, at ang pastel ó masang nacabalot sa lamán ay hihiuain nang pahabá. Cun ang laman ay ibon, ay ibubucod. Cun ang pastel ay manipis, mumulan ang hiua sa bandang guitna. Ang inihao na baca, ay hihiuain nang pahalang sa lamán, ang tupa ay paayón.

Ang manġa biling ito, ay siya ring susunód sa manġa guisado. Ang manġa bunġa nang cahoy cun i aabót sa iba at uala sa pingan, ay duroin nang tenedor, at houag hahauacan nang camáy. Ang manġa binatang nagiibig matuto, ay mag-aral sa sarili nang houag mahiya pagdating nang capanahonan

Houag ihahahauac ang daliri nang ano man sa mesa cun di ang gagamitin ang cochillo,t, tenedor.

Sa pingan ó sa vasong ini inomán ó quinacanan, cailan man ay magtitirá nang coanti. Banlauan

---

(1) Ang trinchante ay ang malaquing tenedor at cuchillo.

ang ano mang quinacanan at saca inomin ay isang catacauan.

Ang paggamit nang cubiertos ay marahan, houag ñgañgalotin nang ñgipin at houag namang ñgabñgabin nang labi.

Ang magauit sumutsót at dumhán ang iba nang sabao, ay nacarurumí, para rin naman nang sumigao, mamintás nang ulam, mamulá sa iba, magmadiribin sa quinacain, sapagca,t, nacahihiyá sa may piguing, at nacagagalít sa ibá. Cun magsasalitá ay sayahan, ñguni lalangcapán nang cahinhinan; houag maglalasing, sapagca,t, cun mapagdimlan na ang isip, ay di na maalaman ang guinagauá ó sinasabi.

Houag magpaquita nang quilos masamá, na para bagá nang mamualan, dumampót nang lapang lapang na ulam, ó tinapay, uminóm nang maraming alac, nang di mauicaang matacao ó lasing.

Cun tumama nang pingan ó ulam na marumi, ay houag ipahálata sa may piguing na pinangdidirihan, ibigay sá sirviente at nang halinhan nang ibá.

Cun may capintasan ang handa, ay ualing bahala; ang ipaquiquita,i, saya, at pasalamatan ang nagpiguing sa anyayang bigay puri sa piniguing.

Ugali nang taga Europa, na sa pagcain ay nagsasalit nang tagay na sinasamahan nang pañguñgusap na tulá, at cun minsan ay di tulá, na ang cahulogán, pagnanasá nang cagaliñgan sa hari ó reina, ó ibang pinuno, ó sa may piguing caya.

Cun minsan, ay unang nañguñgusap nang pa-
tindig, ang pinaca puno sa mesa, pagtindig ni-
ya,i, susunod ang lahat; at sa paginom naman
nang alac ay ganoon din. Ñguni,t, ang baua,t.
isa, áy may sariling copa ó vaso.

Máy bucod namang brindis ó tagayan na isang
tatlo apat lamang sa mesa ang nagtatañgoan nang
ulo, na ang cahulugán, ay pa papahayag nang
cani canilang pagiibigan at pagmamahalan.

Ang camahalan nang asal sa pagcain, sucat
pagara'an hangang bata, nang pagca bihasaban,
at nang di ñgañgapa-ñgapa pagdating nang capa-
nahonan.

Si Honesto, Feliza, pagpilitan mong matuto,
sapagca,t, capurihan mo,t, carañgalan naman ni-
ya. Cun nagtatacá ca,t, aco animo,i, isang da-
laga, ay hindi bagay ang gumauá nang madlang bagay
na dito,i, sinasabi, ang sagot co sa iyo,i, di co
guinagaua,t, di co nacacayanan, palibhasa,i, di
ucol sa babaye. Isinulat co sa iyo,t, nang may
pagcaaninauan si Honesto. Adios, Feliza, iñgatan
ca nauá nang Dios.—URBANA.

SA PAGPAPAOIAL

Si Urbana cay Feliza.—Manila....

FELIZA: Cun si Honesto,i, isasama mong
magpacial, ay papamihasahin sa paglacad na ma-
hinhin, ang biling cong ito,i, sa iyo,t, sa ca-
niya,i, ná-uucol naman. Cun nagpapacial ay
houag tutulinan ang lacad, lalo,t, cun may
ibang casama. Houag magpapaquita nang ca-
yab ngan, na iquinacayangcang ang dalauang ca-
máy, ang liig ay uaninigás at pacailagan ang pala-
long äsal, na máquiquita sa ibá, na cun ilingon
ang muc ha,i, casama pati catauan na parang na-
ninigas.

Cun ang tauo,i. manlalansangan, ay bago manaog
sa lupa, ay isaloob muna na siya i, hamac na ood,
anac sa casalanan, bilig sa camalian, caya magpa-
caingat man, ay nagcacamali rin Cahit ang caba-
ita,i, para nang cay David, cahit ang carunuga,i.
para nang cay Salomon, cahit ang cayamana,i,
para nang cay Asuero, ay magcacamali rin at capi-
litang mapipintasán din.

Cun lumalacad sa daan huag magnanasang ma-
puri nang lahat, sapagca,t. cun may isang pumuri
ay sampuó ang pupúla Huag isasaloob ang cani-
yang carunungan, camahalan, cagandahan at dalang
cabutihan, ang alalahanin ay ang sarili niyang
casiraan at dalang capintasan, at nang matutong
magpacababa nang loob at asal, malayo ang capa-
laloau, at heuag mamihasáng maghambog nang
di tauaguing ulól.

Sa isang dalaga naman, ay di nababagay ang paglacad na pinag-áaralan, ang magpaquin ding-quinding at tumiñgiu nang pasuliáp sa naquiquitang binata, sapagca,t, ic-pupúla sa caniyang asal.

Cnn ang isang dalaga ay mag paquita sa lacad, sa quilos, at pagtiñgin nang laban sa cabaitan, ay parang nagaanyaya sa lalaqui, na siya,i, aglahiin nang masamá

Cun pinagcalouban nang Pañginoong Dios nang cagandahan, ay alagaan at paca-iñgatan na parang isang lirio, bacuran nang cabaita,t, tinic nang cabinhinan at nang di pañgahasang pitasin nang salan-gapang na camáy

Houag ipagpalalo, houag magnanasáng mabunyi,t, mabantóg, sapagca,t. di ang cagandahang tulad sa bulac lac na madaling malanta, agád cumucupas. di ang cariquitang para nang oropel, na ang buti at ningning ay pandayang mata, cun di ang caba-itan at ang tacot sa Dios ang pinacamamahal nang tauong may bait, sivang hinahanap nang haring Salomon, at ipinupuri sa isang babaye.

Houag magnanasang mabunyi sa cagayacang hiyas at cariquitan, at baca mahilo sa incienso nang puri, suyo at lamuyot, na isinusuob nang cabina-taa,i, mapagdimlan ang isip at mapagdayaan

Paca isipin nang dalaga, na ang caniyang puri, ay maipaghahal mbaua sa cayamanan, sa hiyas na iisa-isa na ini-iñgatan, sa minsang masira,i, di na maooi, sa minsang malag lág ay di na madarámpot. Tulad sa maningning at malinis na bubog na sa minsang mabasag ay di na mabubuo.

Paca iiñgatan nang isang dalaga, sapagca,t, sa minsang manacao nang tacsil na loob, ay na-

lang magagaua, cun di ang tumañgis, ñguni, ta-
ñgisan ma,i, di na macucuha ang ipinanacao na
hiyas.

Cun nanglalansañgan ang isang babaye, at na-
pamumutihan nang mariquit na damit at ma-
hahalagang palahiyasan, at parang u aguaualang
bahala, sapagca,t, masamang tingnan ang pala-
guin nagaayos sa daan, hindi matuloy ang la-
cad, at toui na i, pinagmamasdan ang boong
catauan.

Cun papasoc sa isang halaman, ay houag
mañgahas muti nang manga bulaclac, mitas nang
buñga nang manga hálaman, cun di pinaguu-
'usan nang may ari.

Cun may papanhiquing bahay, ay houag da-
rampot nang anomang casangcapan, ó laroan ca-
ya, sapagca,t, isang capañgahasan.

Cun ang bata,i, may casamang matandá, ay
houag tu'ulinan ang lacad, at alalahanin ang ca-
hinaan nang caniyang casama.

Cun ang capacialan ay isang guinoó ó mahal,
ay houag mañguñguna, ó umagapay caya, cun
di magpahuli nang munti, houag namang tumi-
guil cun di sila ang magpauna. Cun pipihit at
babalic sa pinangalingan, ay houag magpapauna,
at cun pipihit na,i, houag tatalicuran.

Cun nagpapaalam na, at maghihiualay na sa
pagpapacialan, ay houag magdaan ang bata sa
haráp nang matanda at ang sila may magca-
poua bata, ay houag tatalicuran ang casama cun
di ang ucol ay ang harapin.

Cun ang casama ay mataas sa caniya, ay ca-
cananin, ñguni, cun nalacad sa tabi nang bacod
sa acera caya, ó latag na bato, na nasa tabi

nang bahay na para rito sa **Maynila**, ay doon ilalagay ang mataas, ó mahal, cahima,t, mapa sa caliua.

Cun tatlo ang nagpapacial, at magbabalic at pipihit na lahat, ang paguiguitna ay ang quinacanan nang nangaling sa guitna: cun nagcaca-apat, ang paguiguitna,i, ang dalauang na sa tabi; ñgnni, magiñgat sa pagpihit, at houag talicoran ang capacialan.

Ang reglang itó, ay susundin maguing sa bahay at sa lansangan man nagpapacial.

Cun ang nagcacasama ay tatlong di magcaisang uri, capala pa,i, di ang mahal sa lahat ang iguiguitna, at cuu baga sa lansangan nagpapacial at pipihit na lahat, ang mataas ay ilalagay sa acera, ó sa tabi nang bacod, ang paguiguitna,i, ang pañgalaua niya sa uri.

Cun ang bata, baguntauo ó binata, ay may casamang matanda, mahal, ó guinoo at may maquitang caquilala, ay houag tumiguil na maquipagsalitaan at nang di matalicdan, na parang pinauaualang halaga, ang quinacasamang mahal, bucod dito,i, di dapat na papaghintayin.

Cun baga sacali,t, magsisitiguil at tatayó, ay masamang tingnau ang pagsaclitin, ó papagpatuñgin ang paá, ó pacaang-caangin caya, na parang naghahambog.

Ang magpalingos-lingos sa raan, magtacá, mamaang sa ano man, na parang noon lamang naquita, ó maquipagsalita caya sa matanda na para nang sa bata, ó magsaysay caya nang ano mau na parang siva lamang ang naca-aalám, ay isang casalanang nacalulupit.

Cun masalubong ang bata nang sacerdote, maestro ó mahal na tauo, ay pagpugayan, at cun sacali,t, siya,i, titiguilan at sasalitain, ay houag ilalagay ang sombrero sa ulo, hangang di pagutusan, at pagutusan ma,i, houag ilalagay na madali, cun di uliting macalaua, ó macaitlo.

Cun ang na sa ulo,i, panyó ay carampatang alisin, cun maquiquipagusap, maguing sa lansangan man, at maguing sa bahay, lalo,t, cun nagsisilbi sa dulang.

Masama rin namang caasalan sa lansangan ang tingnang palagui ang chapin, ó chinelas, pagpaguin cun di cailangan, bunutin sa paa,t, bitbitin sa camay ó quipquipin caya sa quiliquili, ang lahat nang ito,i, nacatatauang tingnan, maguing sa lalaqui; gayon din naman sa lumalacad na lumalagapác ang paá, sasaga-sagadsad, sapag-ca,t, naquiquilala na hindi datihan ang paang sangcapan nang chinelas at chapin.

Ang lalaqui o babaye na cun lumalacad sa simbahan, ay di nagdarahan, ang tulin ay di hamac at cun nagchichinelas ay sumasagadsad, bucod sa masamang tingnan, nacalilibang sa nagdarasal na tauo, nacapagbibigay galit at di malayo macayurac sa nangaluluhod, ay nagpapahayag na uala sa caniyang caloob ang pagpasoc sa bahay nang Dios.

Sa pagpapacial naman at may datnang lugar na paghingalayan at ang manga binata,i, may casamang mahal na tauo, ó manga babaye, cun sacali,t, mangagsisiloclóc, ay magparaya ang manga binata sa mahal na tauo, ó manga babaye cun sacali,t, ualang maramiug bancó, ó manga taboreteng mauupan.

5

Cun ang bata ó baguntauo, ay nagpapacial na casama,i, capoua binata, ay iilagan ang masamang ugali, na nagyayacapan, cun minsan nagaauitan ó naghihiyauan parang ulól, ó nagaaglahian nang mahalay, sapagca nagpapahayag na ualang pinagaralang bait.

Caiingatan mo, Feliza si Honesto, houag ipahintulot na maquisama at maquipagibigan sa capoua batang masama, sapagca, cun may caunting bait na iningat, utang sa pagcacalinga ni ama,t, ni ina, masisira, cahina hinayang, sapagca,t, cun ano ang maquita sa capoua bata, ay siya ang gaguin.

Cun magcagayo,i, sayang nang magandang aral na tinangáp sa magulang· sayang nang canilang puyat, sayang naman nang puyat mo. Dito nauucol yaong refran nang castila: sabihin mo sa aquin cun sino ang casa-casama mo, at tuturan co naman sa iyo cun icao ay sino. Ang cahuloga,i, cun ang casamahi,i, may bait, ay bait naman ang matutuhan nang bata, at cun masamá ang casamahin, ay masamá rin naman ang matututuhan.

Cun si Honesto na sa lansangan, ay houag mong tulutan na maglalaong lubha, maquiquipagpacial sa batang ualang bait, at nang houag masira.

Cun may causap sa lansangan, na maguing mahal maug tauo, ó capoua bata, ay itutunton sa guhit ang asal, quilos at pangungusap, at houag magasal hangal. Adios. Feliza, hangan sa isang sulat.—URBANA.

ALIUAN

Si Urbana cay Felisa.—MANILA...

FELIZA: Dito,i, ang ipahahayag co sa iyo, ay ang aasaliu ni Honesto, sa paquiquipagaliuan sa capoua bata, at ang paglalaro cun siya,i, luma-qui na. Ang isip nang tauo ay para rin na-man nang tauo, na nahahapo cun mapinsalaan sa paggaua. Ang malabis na pagaaral, ang mag-isip na palagui, ang magpuyat sa pananalangin, na bahagya na macapagpahinga ang catauan, sa oras na quinacailangan, at ano mang gauin nang tauo pag di natunton sa guhit, ay nacapagcaca-saquit, caya itinutulot aug pagaalio, nang may pagcaguinhauahan ang tauo, may pagcalibangan at nang houag maginit ang ulo. Nguni, at sapag-ca ang lahat nang gagauin nang tauo, ay i-aalinsunod sa regla, cun ang pagaalio, na isa rin namang cabanalan ay napapasinsay ó napapacalabis, ay naguiguing vicio.

Ang paglalaró nang bata sa capoua báta, ay ilalagay sa catamtaman at houag itulot sa ca-niyang puso ang anomang camalian na icapi-pintas sa caniyang asal.

Houag lilimutin ang cabaitan, cahinhinan, at sa caniyang calaro, ang ipaquiquita,i, magandang loob na lalancapan nang pagpaparaya cun cai-langan.

Cun nananalo, ay houag magparamdam nang malabis na toua, at cun sacali ma,t, matouá ay houag magpaquita nang quilos na sucat damdamin nang caniyang tinalo, houag habalachác na parang ipinagtatagumpay ang pananalo, sapag-ca,t, hindi man magalit, ay capilitang masasac-tan ang nagahis na calarô.

Cun natatalo naman ay houag magpahalata nang calumbayan ó cagalitan at nang di mauicaan na masaquim sa salapî.

Sa pagdampót nang salaping panalunan, ay houag limutin ang cabaitan.

Ang paniningil nang pautang sa oras nang paglalarô, ay houag gagahasaan.

Cun ang pananalo,i, nagcacaalangan, na ang magcacalarô ay may cani-caniyang matouid na inihahanay, ay ipahahayág nang banayad, at houag sisigáo-sigáo ó magpapahalatá caya na ualang ini-ngat na mahinhing loob.

Ang pagcaisahang hatolan na dapat matalo sa inaacala mang siya,i, may matouid ay magpara-yá at ang isaloob, ay ang nagsihatol ay may bait na tauo,t, ualang quinacabig at ualang ini-iring. Sa matouid ma,t, sa hindi ang caniyang pagcatalo, ay houag magpahalata nang galit, ho-uag ipagtapunan ang baraja ó anomang pinagla-laroan, tatadyác caya,t, sisicad houag cucum-pas cumpas sapagca,t, ang gayong quilos, ay la-ban sa mahal na asal. Paganhing saysayin, sa pagaalio, ay houag lilimotin ang tapát na pa-quiquipagcapoua tauo, at diyan maquiquilala cun may pinagaralan.

Caiingatan mo, Feliza si Honesto, na maquipag larô sa malulupit na bata, sapagca,i, di man pagaauay ang caniyang matubo, ay panganib na mahaua sa canilang casamaan.

Cun may natandang maganyaya sa bata sa paglalarô ay houag cara-caraca,i, papayag, sapagca,t, cun masda,i, isang capangahasan.

Cun ang larô, ay baual nang Superior Gobierno, nang Santa Iglesia ó nang caharian, ay tumangui nang banayad, at mahangay siya,i, paghinauactan sa pahinuhod sa di matouid.

Cun sa paglalaro,i, may dumating na matandá ó guinoó, at ualang maupan, ay tumindig, at ipagcaloob ang caniyang loclocan.

Hangang naglalaro,i, houag patatalong tiquis, at nang di uicain na naglalaro,i, masamà sa loob, ó naguulol-ulolan.

Cun ang calaro,i, cagalang-galang na tauo, at nagagalit dahil sa natatalo,i, houag magtindig sa larô hangang di macabaui, ó siya caya,i, tulotang umayao; at cun matalo naman ay nauucol na tumindig at houag umutang magcabi-cabilá.

Cun aalis na sa larô, ay houag magpaquita nang galit ó calumbayan, sapagca,t, parang pinipilit ang tumalo sa caniya na maglaban uli hangang di macabaui; cun magcagayon, ay ano ang uiuicain cun di ang siya,i, hindi marunong maglihim nang iningat sa loob. Adios, Feliza, hangang sa isang sulat.—URBANA.

CABAGAYAN

NANG PAQUIQUIPAGCAPOUA TAUO.

Si Urbana cay Feliza.—MANILA,…

FELIZA: Cun icao ay maquiquipaglipon, ay pagiisipin ang sariling calagayan ang sa quinacaharap, ang caniyang asal at caugalian, at ang lugar na pinaguusapan; cun ang lahat nang ito ay hindi limutin sa paquiquipagharap ay di masisinsay ó masinsay man ay munti lamang, sa manga cautusang guhit nang paquiquipagcapoua tauo. Caya magmula sa pagcabata hangang sa tumanda, ay magaral maquibagay sa capoua tauo at bagayan naman ang lugar na pinaguusapan. Ang magagaua sa sarili, ay di maaari sa harap nang iba; ang mauiuica,t, magagaua sa bahay, ay di mababagay sa lansangan, at ang magagaua sa lansangan, ay di mababagay sa Simbahan. Caya sa paquiquipagcapoua tauo, ay isasaloob cun sino ang caniyang cacausapin, ang lugar na paguusapan, at cun ano ang ipaquiquipagusap, at ang lahat ay babagayan. Ang mabibigcas na sabi sa isang maalio na salitaan, ay di mababagay, sa pagpupulong sa namatayán: *sa ibang sulat, Feliza, sasaysayin co sa iyo ang masamang caasalan na dapat ilagan sa bahay nang namatayan: at ang gagauin:* ang mauiuica nang lalaqui ay umaangat sa babaye; ang bagay sa baguntao,i, di babagay sa dalaga; ang maigagayac nang bata ay di babagay sa matanda, sapagca,t, mauiuica, na ibig manaog sa baonan na batbat nang

yaman, hiyas at pamuti. Ang bumigcás nang
salita na malayo sa pinaguusapan, ay naga-
anyayang tauanan; caya ang tauo,i, maquiqui-
bagay sa caniyang capoua, at ang caniyang gaua,
quilos at pangungusap, ay pagbabagaybagayin at
nang huag matauanan. Sa halimbaua, patutungo
sa bahay nang isang piguing, nagsasaya,t, tuman-
gáp nang magandang capalaran, carangalan ó ca-
tungculan, ay di nauucol magdamit nang maru-
ñgis, magpaquita nang malumbay na mucha, sa-
pagca,t, ang caniyang sadya ay ang pagbibigay nang
en hora buena, ang cahuluga,i, ipahahayag ang qui-
nacamtán niyang toua sa nabagong palad nang
caniyang pinagsadya. Cun magpaquita nang calum-
bayan ay parang nagsasaysay na siya,i, nananag-
hili; caya ang quilos at pangungusap ay iisipin, na
ibagay sa touang ipahahayág.

Ang tauong nagagalit ay houag aaglahiin, sa
pagca,t, lalong magagalit. Ang bata,i, houag ma-
ñgangaral sa matandá cun di may catungculan, at
capcua man bata ay di sucat mañgaral, cun inaa-
calang di mamatapatin. Cun mañgangaral sa ca-
poua tauo, ay babanayarin ang sabi, houag gaga-
hasain, at itama sa oras na mamatamisin sa loob,
at di ang sino ma,i, macapangangaral sa caniyang
capoua, cun di ang may carapatan, caya bagay-
bagay ang mañgangaral at inaaralan, at ibagay
naman sa panaho,t, oras, sapagca,t, cun di magca-
bagaybagay, ay di macagagaling cun di macasasamá
ang bibitiuang aral. Ang aasalin nang panginoon
sa alila, ay iuucol sa caniyang pagcalagay; at nang
siya,i, igalang; ñguni,t, di nauucol ang mahampa-
lasan. ó magpaquita caya nang cagahasaang igalang
cun di ang carapata,i, lumagay sa caniyang pagca-

lagay; di ang calupitan, cun di ang magandang
loob ang ipaquiquita at nang pintohoi,t, mahalin.
Houag lilimutin nang panginoon, na ang caniyang
alila,i, quinapál nang Dios, calarauan nang Dios,
tinubós nang mahal na dugó nang ating Panginoong
Jesucristo; cun dito sa ibabao nang lupa,i, tiniti-
ngalá siya doon sa isang buhay, sinong macaaalam
cun siya naman ang titiñgalá; dito,i, nacapagpa-
parusa cun may casalanan, doon sa arao nang pag-
hohocom sa sangcatauohan di na naaalaman, cun
ano ang masasapit; cun maguiguing isá sa magsi-
sihatol sa caniya; alalahanin naman nang alila, na
ang mababa niyang calagayan, ay tulot nang Dios,
at parang isang hagdang pinaaacya'an sa caniya, sa
pagpanhic sa langit; at ang paglilincod sa caniyang
panginoon, ay icararapat sa Dios, ipagcacamit nang
caloualhatian cun minamatamis sa loob, nagtatapat sa
panginoon, at tumutuped nang catungculan. Ingatan
nang panginoon ang puri nang alila, at gayon din
naman ang alila sa panginoon, at houag iba-
bantóg cun may maquitang camalian, lalo,t,
cun icasisira nang puri ay pacaingatan. Capag-
nangahas manira, ay pangingilagan, mapaguiui-
caan na ualang iningat na bait. Paganhing say-
saying ang tapat na paquiquipagcapoua tauo ay
isang tapat na pagibig, caya ang quinaoouian
ay ang pagbibigay lugod sa capoua. Nguni,t, ang
pagbibigay lugod na ito, ay may guhit na ti-
nutunton. Cun ang hinihingi sa atin nang ca-
poua, maguing camaganac man at caibigan, ay
sinsay sa matouid, ay di dapat pahinohod cahit
ipagdalang poot at icasira man nang pag-
ibigan. Sinasalitâ sa historia, na si Rotilio, ay
pinaghinanactan nang isa niyang caibigan, dahil

sa di napahinohod sa isang di tapat na cahingian
caya pinangusapan nang caibigan at uinica: ¿ano
ang caparsanan nang pagibig mo sa aquin, cun
di ca' macapagbibigay loob sa hiningi co? ang
gayong pangungusap na may hinanaquit' ay si-
nagot ni Rotilio nang tapát: aanhin co ¿naman
ang iyong pagibig cun maguiguing daan na ipi-
pilit mo sa aquin sa paggauâ nang di catoui-
ran? Gayon man ang marunong maquipagcapo-
ua tauo, cun di man mangyaring macapahinohod
sa namamanhic sa caniya, ay sinasagot naug ba-
nayad, binabagayan nang masayang muc-bâ. Ipi-
naquiquilala, malaqui disin ang caniyang nása
na magbigay loob, ay hindi mangyari,t, di ma-
cayanang gauin, ó nasisinsay caya sa catouiran.
Ano pa nga,t, ang caniyang sagót na *ayao*, ay
sucat calugdán nang namamanhic na rin nang *óo*.
Ipinaguutos din naman, na cun magpapauta-
ngan nang loob, ay houag papaghintay hintayin
ang namamanhic. Cun may sumasanguni,t, nu-
nuha nang batol, ay houag sumagót nang ma-
taas na sabi, cun di banayad, malamig at ca-
uili-uili, houag magpapangáp marunong, houag
magaama-amahan, at sa caniyang sagót ay ipa-
hahalalâ ang magandang nása nang loob sa ca-
poua. Ano pa nga,t, cun icao. Feliza at ni
Honesto, ay matutong maquipagcapoua tauo, ay
ang inyong quilos, asal at pangungusap, ay mag-
daramit nang cariquitan na maca bibihag nang
puso.
Ibig co disin, na ang manga sulat cong ito
ay basahin mo, at gayon din naman si Honesto,
houag ang minsan cun di ang maminsan-minsan,
sapagca,t, cun minsan lamang, matalastas man

ang cahulugan ay madaling malimutan: cun ba-
sahin toui-touina, may malimutan man ay maa-
alaala, at ang macaligtaan sa manga unang pag-
basa ay maaaninao sa icalaua; ang di na pag-
aralan nang una, ay mapagaralan sa huli, caya
ipinamamanhic co na basahi,t, basahin. Adios,
Feliza, hangang sa tayo,i, magquita diyan sa
Paombong—URBANA.

ANG PAGDALAO

Si Urbana cay Feliza.—MANILA...

FELIZA: Isa sa mga gauang tapat na ipinag-
uutos nang paquiquipagcapoua tauo, ay ang pag-
dalao sa camaganac, caibigan ó caquilala cun
capanahonan, cun dinadalao nang masamang ca-
palaran ó namamatayán cayá, ay carampatang
dalauin at maquiramay sa catouaan, ó aliuin caya
sa hirap. Ituro mo Feliza cay Honesto, cun pa-
paano at cailan gagauin ang pagdalao.

Ang una,una,i, gauin sa capanahonan, at pag di
natama sa oras ay naiinip ang dinadalao, at
magdadalang hiyá ang dumadalao. Sa oras na
may guinagaua, lalo,t, cun nagagahól sa panahon
cun cumain, humahapon ó nagdarasál ay di na
uucol gauin, maliban na lamang cun magcadatihan
ang nagdadalauan. Caya dapat ipagtanong ang
caugalian (nang bayan at sa lahat nang caquilala)
at nang houag madalao sa panahong di ucol.

Cun nacasara ang pintóan nang daan, ay tugtuguing banayad at houag dalás-dalas.

Cun pumapanhic sa hagdanan, ay patatao, at cun may casamang tauo na ucol igalang ay ilálagay sa maguinhauang panhican.

Cun may casamang matanda, at di macacaya, ay tuluñgang pumanhic, at alalahanin ang pana. ho 'g haharapin,

Cun may casamang mahal na babae, ay ilagay sa canan ó sa lugar cayang ucol sa caniyang calagayan.

Cun pumapanhic na sa hagdanan, ay magdarahan nang pagtungtong sa baitang at houag magiñgay at cun may masalubong na matanda ó guinoó ay tumiguil at paraanin sa canan ó sa mabuting daanan.

Pagcapanhic nang hagdanan, ay houag caracaraca,i, tutuloy, magpasabi sa alila cun mayroon, at cun uala ay tumugtóg nang marahan sa pinto at nang mamalayang may táuo.

Cun datnang bucás ang pintoan nang salas ó cabahayan, silid ó iba cayang pitac nang bahay ay houag sisilip-silip; at sala sa cabaitan.

Cun macapagbigay na nang galang sa may bahay, icao ay patoloyin sa cabahayán at paupoin ca, ay lumagay nang mahusay, houag magpaquita nang cagaslauán, na para baga nang mañguyacoy, magpatong nang paa at magpaquiling-quiling.

Cun may dalang sombrero at tungcód, ay houag ilalagay sa lamesa, canafé, cun di sa inaacala na mamatapatin nang may bahay: lalong ibinabaual, na ilagay sa hihigan.

Cun ang dinadalao ay maquita na may gaga nin, cacain ó aalis caya, ay houag aabalahin, a ang catampata,i, magpaalam.

Cun sa iyo at ni Honesto ay may dumalao sa oras na di ninyo ibig, ó cayo caya,i, naaabala ay houag magpahalata na ibig na ninyong uma lis ang panaohin at cun magpahalata man ay binian.

Cun ang dumadalao ay mahal na tano, ay sa mahan hangang sa daan, at sacali,t, gabi ay tanglauan pang candilang may ningas cun mayroon.

Cun cayo ay dumadalao, at sa pagalis ay sasa mahan cayo nang may bahay, ay magpasalamat at ipamanhic na houag nang maabala.

Cun sa inyong pagpupulong ay may dumating na ibang tauo na di caratiban, sa caratiban man sacali at inaacala ninyo na may ipahahayag na libim, ay houag abalahin, magpaalam sa may bahay at sa lahat.

Cun lalaqui ang dumadalao sa isang babaye, ay di catungculan ihatid pa sa hagdanan ó sa daan, maliban na lamang cun totoong mahal na tauo; nguni, ang lalaqui ay dapat maghatid sa babaye at catamtamang ilagay sa canan.

Cun cayo,i, dalauin ay dapat gumanti, at cun cayo,i, anyayahan sa isang piguing nang iquinasal ó ano mang pagcacatoua, ay nauucol na sa loob na ualong arao ay gantihin namang dalauin na parang pagpapasalamat sa caniyang paquitang loob.

Cun cayo,i, anyayahan sa bahay nang binyag ó libing at di nacapag ibigay loob, cun macaraan na, ay carampatang dalauin at ipahayag ang cada hilanan.

Cun cayo naman ang pa sa libing ó sa bahay caya nang namatayán, sila naman ang may catungculan na gumanting dumalao.

Ang anyaya,i, magagaua sa bibig ó sa sulat at ang inanyayahan, cun ibig pahinuhod ay houag magpairiiri at sa ibig sa ayao ay pasasalamatan ang gayong paquitang loob. Cun sacali,t, aayao ay tumangi nang mahusay, at ang dahilanin ay ang mañga gauain at iba pang bagay na paniualaao; ñguni caiilag sa cabulaanan

Pag napaoó, ay houag sumala sa oras na taning; at cun di macatupad nang pañgaco, ay sabihin ang pinagcadahilanan, at di carampatang sumira nang pañguñgusap, maliban na lámang cun may tunay na pinagcaabalahan. Alamin ang oras nang houag dumating na maaga, at houag namang mahuli.

Feliza, si Honosto palibhasa,i, bata, hindi malayo na sa paquiquipagcapoua tauo, ay magpaquita nang capusucán nang loob; cun macarinig nang uicang di dapat, cun magcabihira,i, di macapagpaparaan, caya pañguñgusapan mo na iilagan' ang paquiquipagtalo.

Cun macarinig nang di catouiran at di mapañgaralan ang nañgusap, ay paraanin; cun ang marinig ay lihis sa catotohanan, ay houag sagasain, nang di pagtalunan.

Si Honesto,i, na sa panahon pa nang pagaaral nang ucol sa Dios, ganang sarilí at sa paquiquipagcapoua, tauo, caya turoan mong tumupad, nitong tatlong catungculan, na catampatang pagaralan nang isang batang cristiano.

Cun matutong cumilala, sumambá,t, mamintuho sa Dios, ay di lalaquing bulàg ang isip,

matututong umilag sa casalanan mamimihasang
gumaua nang cabanalan, matiticman ang cáguin
bauahan at magandang capalarang quinacamtan
dito sa ibabao nang lupa nang isang catoto nang
Dios, na sampong sa hirap at casaquitan ay na-
caquiquita nang toua,t, caligayagahán; inaaring
cruz na magaang pásanin, minamatamis sa loob,
tinatangap nang boong pagibig, at palibhasa,i,
natatanto na di macasusunod cay Jesucristo, di
magcacamit nang langit, cun di magpasán nang
cruz.

Natatanto rin naman na nag cacadalaua ang
hirap nang di marunong umayon sa calooban
nang Dios; hirap na ang dumarating, ay naghi-
hirap pang lalo sa di pagcatutong magtiis, sa-
pagca,t, iquinagagalit, at cun minsa,i, ipinañga-
ñgalit na,i, di rin maalis sa hirap. At hangang
ipinagñangálit ay lalong nalubóg sa hirap. ñgu-
ni ang marunong magtiis, ay magtiis, nacarara-
nas nang toua sa hirap, sapagca,t, inaaring cruz
na bigay nang Dios, at minamatamis sa loob.

Cun si Honesto,i, matuto nang catungculang
ucol sa caniyang sarili, cahit ualang tauong sucat
sacsing cahihiyan, cahit ualang sacsing sucat macaqu-
ita na sa caniya,i, sumisi, ay di pahihinuhod ang
loob sa isang licong isip, di mapapanibulos sa
isang gaua cayang lihis sa matouid, at palibha-
sa,i, natatanto ang boong cahulugan nang masa-
ma at magaling.

Cahit paghandogán nang boong cayamanan at
carañgalan sa mundó, cahit pagpisanan nang la-
hat nang hirap, cahit icatapos nang buhay, ay
di magpapahamac gumaua nang icasisira nang
sariling puri, palibhasa,i, natatanto yaong mato-

uid na hatol nang Dios Espíritu Santo na isinu-
lat ni Salomon: magpilit cang magingat nang
magandang pangalan, ang cahuluga,i, magmahal
ca sa asal.

Cun matutong maquipagcapoua tauo,i, magpa-
pacailag sa quilos, asal at pangungusap na ma-
casusucal sa mata nang iba, at di man cusain,
ay calulugdan at iibiguin nang lahat.

Ipagcaloob naua nang Dios na matandaan at
itanim sa dibdib ni Honesto itong maicling ha-
tol na isinulat co sa iyo, at nang malagui sa
pagibig sa Dios, at matutong magpacamahal sa
asal. Adios, Feliza, hangang sa isang sulat.—
URBANA.

CALASINGAN. (1)

Si Urbana cay Feliza,—MANILA....

FELIZA: Sa pagcamasid co na sa maraming
bata saan mang bayan, ang isa sa manga naca-
sisira ay ang malabis na paginom nang alac na
naquiquita,t, namamana sa paquiquipagibigan; sa
sulat na ito, minatapat co na siya cong saysayin
sa iyo, at nang pagpilitan mo na si Honesto,i,
macailag sa masamang caibigan at nang houag
mahaua sa canilang vicio. Cun ang batang iya,i,
lumaqui,t, maguiguing baguntauo, icao ay luma-
magay na parang pangalauang iná, at ipangaral

mo yaóng magandang hatol ni Tobias sa anac: *houag cang maquicain at maqui-inom sa masamang tauo, at nang houag cang sumamang para naman nila.* Cun ang tamaan ni Honesto ay manğinğinom, mauilihin sa taberna, ay di malaon at cun áno ang asal nang casáma ó caibigan, ay siya namang aasalin. Houag din nauang itulot nang Dios na siya,i, magcagayon. Ipaaninao mo na ang paglalasing ay nacasisirá sa caloloua, nacapagcacasaquit sa catauan, nacauauala nğ puri, at nacalilipol nang pagaari. Tingni,t, aquing sasaysayin itong apat na casamán na natutubo nang lasing sa alac.

1.⁰ Ang caloloua na pinamahan nang Dios nang caniyang larauan, pinamutihan nang tatlong capangyarihan, bait, alaala,t, loob, at sa santo bautismo,i, pinagcalooban nang lalong matataas na cabanalan at daquilang biyaya, ang isa sa mañga graciang ito, na sa caloloua,i, inahihiyas nang lanğit ay nauaualang lahat at palibbasa,i, nagcacasala nang daquila. Pag nagcagayon na,i, ¿ano pa ang quinasasapitan nitong calolouang anac nang Dios sa gracia, cun di ang maguing alipin ni Satanás sa sala? ¿Nasaan ang cabaitan, nasaan ang calinauan nang isip, baquit cun nalalasing na,i, cahit aglahiin, cahit pagtauanán ay di dinaramdam, at palibhasa,i, di nacaquiquilala? Ang hayop ay cahit ualang bait, na para nang tauo ay pinagcalooban nang Dios nang isang bagay, na cahit di matatauag na bait, ay cahalintulad nang bait na iquinaquiquilala nang panğanib, na icatatapos nang

---

(1) Manğa cahatolan nang isang director ni Urbana, ayon sa maabis na paginom nang alac, ipinadala cay Felisa at uang maipauna na cay Honesto.

canilang buhay; nğunit ang tauong lasing ay ¿na caquiquilala caya bagá nang panğanib na ito, na parang pagcaquilala nang hayop? Cun lumalacad sa daan, cahima,t, may mata na itinitinğin, ay di naquiquita ang batong catitisuran, ang butas na cahubulugan at palibhasa,i, napagdidimlán ang isip. ¿Nasaan ang catibayan na ipinagcaloob nang Dios? ¿baquit caya baga máhipan lamang nang hanğin ay susuray-suray at guiguiri-guiri? Baquit caya baga,t, cahit isang bata ang siyang magtulac, ó di man itulac at masagui lamang, ay nayuyucayoc at nasusubsob? ¡Tauong caaua-aua at cahabag-habag! na punó nang alac ay nahubdán nang cabaitan, at palibhasa,i, napagdimlán ang isip. Napagdimlán ang isip ay nahubdán nang magandang hatol, na salat sa matotouid na sabi, naticom ang bibig sa tamang salitá, at ang pinapamimilansic sa dilang matabil ay ang panununğayao at panunumpâ, ang maruming sabi at uicang mahalay, ang pagyayabang at paghahambog ang pagtatalo at cun magcabihira,i, ang pagtatagaan at pagpapatayan. Pasoquin cun ibig ang bahay nang masasamang piguing, malasin ang pagpupulong sa manğa taberna, at diya,i, maquiquita ang manğa casalanang ito. Siyang naquiquita sa manğa lugar na iyan, at siya rin namang saysay nang Dios Espíritu Santo sa capitulong icadalauang puo,t, tatlo nang proverbios. (1)

Cun sumisirà sa calcloua ang malabis na paginóm nang alác; ay sumisira rin naman sa catauan. Dinguin ang catotohanan.

---

(1) ¿Cui væ? cui rixæ? cui faveæ? cui sine vulnere? eu: suffusio oculorum? nonne his qui commorantur in vino et student calicibus potandis.

2.° Cun dito sa ibabao nang lupa, ay may quinacamtang munting caguinhauahan ang catauan, ay ualang caparis na para nang cun di dinaratnán nang saquit. Ang tauo,i, cahit sacdal hirap, cun masaya ang loob, masiglá ang catauan, ay tinatauag nating mapalad, ñguni cun datnán nang saquit ay ang buntonán man nang yaman, ang batbatin man nang hiyas, ang punin man nang carañgalan, ang sambahin man nang mundo,i, tauo ring mahirap, at palibhasa ñgá,i, na sa hirap. Caya ang lahat nang tauo,i, nagpipilit umilag sa saquit, at cun sacali datnan, ay ang lalong masaquít na tapal, ang capait paitang painóm, ang patuloin man ang dugo,i, nagtitiis nang hirap, at macamtan lamang ang hinahañgad na cagaliñgan. Ang lahat ay ninilag sa saqíut, bucod ang mapaglasing na humahanap nang saquit, at nagpapaiclí nang buhay. Ang lalong matibay na catauan ay nanghihina, nagcacasaquit at cahit batang bata ay tumatanda,t, dumadali ang buhay pag nagiinom nang alac. Ang lalong mariquit na culay ay cumucupas, ang mucha ay namumutlá, ang matá ay naninilao, ang catauan ay nañgañgayayat, nalulupaypáy ang licsi nang cabataan, ang siglá nang edad na catanghalian, ang ningning nang cagandahan, ay inaaglahing lahat nang alac: at sa mucha nang mañginginom ay gauari may naguguhit na malaquing letra, na cahit sa malayo,i, nababasa ang ganitong pañguñgusap: aco,i, tauong lasing. Si Hipócrates at si Galeno at ang lahat nang médico ay nagpapatotoo na ualang pansira nang catauan na para nang catauan sa pagcain at nang cayamoan sa pag inom nang alac at uala namang pangtibay na para nang casiyahan. ¿Ilan caya baga sa ating mañga cababayan: ilan sa mañga caquilala ang dinatnan nang peste ó salot, ilan ang namamatay sa masamang hañgin; ilan ang sa taol, (1) ilan ang naulunod sa dugó dahil sa di pagtitipid nang pagcain at paginóm? Ang lahat nang ito,i, natatantó nang lasing, ñguni di pinapansin, at palibhasa,i di mapaglabanan ang masamang caasalán.

Ang tiyan nang mañgiñginom ay maipag bahalimbaua sa isang pusalian, na sinisiñgauán nang lalong cabaho bahoan na sumisiñgao sa catauan, caya cahit ualang lamang alac, ay quinasusuclamán nang capoua tauo, ayao lapitan, at palibhasa,i, nacahihilo. At ang lalong casaquitsaquit, ay ang biglá at masamang camatayan, na tumatapos sa masamang buhay, sapagca,t, pinatataláb sa canila ang uica nang Dios Espíritu Santo: cun ano ang pagcabuhay gayon din ang pagcamatay. Caiñgat mañga binata dito sa masamang vicio, at liniñgin yaong santong hatol nang ating Pañginoong Jesucristo. (2) Mabalin ninyo ang inyong buhay- caiñgat at baca mabigatan ang inyong puso sa cayamuan, sa pagcain, sa paginom at sa paglalasing; ay datnán cayo nang biglang camatayan. Ano pa ñga,t, ang pinaquiquinabang nang lasing sa malabis na paginóm, ay pauang cahapishapis, asal na parang hayop, buhay na cahiraphirapan, may caloloua,i, para ring uala, cun marapa,t, macatindig ay mararapá ulí, at mapupunó na ang ulo nang siñgao nang alac, ay mabahalang na lamang sa tabi ó guitna nang lansañgan

(1) Sa ibang Provincia,i, taong ang tauag.
(2) Luc, c 6l v 34

at ang siya ma,i, pagsicaranan, aglahii,t, pagtaua-
nan, ay di namalayan, at palibhasa,i, cahoy na na
cahalang Caya uala camunti mang iningat na puri

3º Ang puri ay isang mahalagang hiyas, na
iguinagayác nang tauo sa caniyang pangalan. Ca-
ya may nagmamahal sa puri, na mahigit pa sa
buhay, na sumasagasa sa lalong daquilang panga
nib, lumululong sa camatayan, houag lamang ma-
uala ang puri na iniingatan. Sumasalacay sa lalong
mabangis na caauay, houag lamang masira ang
magandang pangalan. Sa icalabindalaua nang ca-
pitulo nang Eclesiastes, ipinagbibilin nang Dios Es-
piritu Santo, na magingat nang magandang panga-
lan, ang cahulugan, ay ang buong caasalan nang
tauo, ay itutonton sa matouid, ang gaua at pangu-
ngusap ay i-aalinsunod sa utos nang religion Santa
nang icararapat 'sa Dios at pagcamit nang puri
nang tauo, nguni ang santa religion, ang
puri at lahat camahalan ay hinahamac na lahat
nang manginginom Pag napuno na nang alac
ay parang ulol na lumalacad sa daan: may
mata,y, para ring uala; may tainga,i, para
ring bingi; ang bait ay di magamit caya cun
magpasuraysuray, cun marapa at magbangon, cun
maquiling at magtouid at aglahiin nang manga
bata, pagtauanan at paghiyauanan nang tauo, ay
di dinaramdam, palibhasa,i, ualang cahihiyan. Cun
may caloloua,i, para ring uala, cun may catouiran
man ay hindi macayanan, caya ang sabi ni San
Basilio, ay masama pa sa hayóp. (1) Ualang
hayop na tulig, ualang hayop na mangmang na
para nang tauong lasing, caya panira nang puri
sa magulang na pinanggalingan, sa asaua, anac

_____
(1) S. Basil.

at boong cahiulugan; iquinahihiya sa bayan, at pa-
libhasa,i, ualang iningat na puri at camahalan.
Caya di naman pinagcacatiualaan nang cahit puri
at catungculan sa bayan.

Sa isang lasing ¿ay sino caya baga ang mag-
papahayag nang lihim, aling may bait na dalaga
ang macaiibig, aliu cayang magulang ang magpa-
pacasal sa anac, aling caya bagang manga guinoó
ang magcacatiuala na papagpupunuin sa bayan;
cun hindi rin lamang nasusuholan nang salapi ó
napahihibo sa masamang suyo, cahit mapahamac
ang sangbayánang tauo? Ualang magcacatiuala, at
di naman sucat pagcatiualaan ang tauong lasing.
Quinapopootan nang lahat, hindi pinacucundanga-
nan, cun di hinahamac, sa manga salita,i, guina-
gauang ulol, at sa manga pagpupulong ay masa-
bi lamang ang pangalan nang tauong lasing, ay
naguiguing pagtaua at panghalac-hac, at palibhasa i,
ualang camahalan, ualang puri, ualang cábaitan
at ualang carangalan, sapagca,t, pangsira nang ca-
purihan, at gayon din naman sa cayamanan.

4.⁰ Ang cayamana,i, hindi lalagui sa manğingi
nom, at palibhasa,i, iuauasac nang alac, gayon ang
sabi ni Salomón sa proverbios: (1) at siya naman
naquiquita natin sa arao arao.

Sa umaga, sa tangbali,t, sa hapon nagdidilim sa
tauo ang tindahan nang alac; diyan maquiquita
ang ualang bait na guinoó, na di nagbibigay puri
sa caniyang calagayan, at siya ang maestro sa pag-
tatagayan. Diyan nasisira ang bait nang binata, at
diyan natatapos ang hinahap sa maghapon nang
pobreng cantero, carpintero, banquero, anloagui,

_____

(1) Qui amat vinum., non ditabitur. 21. 17.

magsasaca at iba pang upahan. Pagtangap nang
upá, bago omoui nang bahay, daraan sa taberna,
at ang uica,i, lalagoc nang isang lagoc, yaon na
ang alio. Ngunit ¿anong nangyari? capagcalagoc
nang isa,i, may darating na caibigan tatagaya,t, mag-
iinoman, yaon na ang isang pangalio May da-
rating pang isa,i, magiinoman na naman. Pag
magca ganito na,i, magmamala inibay, magpapali-
paran na nang sabi, at uiuicain: di man paca-
ibiguin ay huag lamang pagca hiin. Sa ganitong
uica, magiinoman na naman, mangagtatagayan uli,
at uiuicain: ang quinacain nang tauo,i, di sa ca-
gutuman, cun di sa alang alang. Sa inolit olit náng
paginom ay nangalasing ang tumagay at tinagayan
at ang quinahinatna,i, natapos ang hinanap sa
maghapon, nagcautang pa sa taberna, at ang ina-
oui sa asaua,t, anac ay alac at utang. Pagdating
sa bahay, sasalubongin nang asaua, itatanong ang
naquita sa maghapon, at palibhasa,i, inaasahang
hahapona,t, aagahan nila,t, sampong manga anac.
Sa tanong na ito,i, sasagotin ang pobreng babaye
nang isang tungayao, sasalubongin naman nang
asaua nang tungayao rin, at ang quinasapita,i,
ang sala-salabat na sumpa,t, tungayao. Susumpain
nang babaye ang lalaqui, at ang lalaqui naman
ay sa babaye: susumpain ang canilang pagsasama,
ipaquiquiramay ang anac at boong sangbahayan:
at ang pangtapos sa gayong música, ay ang pag-
susungaban, paghahampasan, pagsisicaran, pagta-
tadyacan at pagcacagatan. Ano pa nga,t, ang qui-
nahinatna,i, ang buhay nang lasing ay naguing
infiernong munti na sinisingauán nang apóy na
sari saring culay, nang pagtatalo nang magasaua
nang hapis at cagulohán nang boong sangbahayan.

at escandalo nang capit-bahay. ¡O cahapis hapis at cahabág-habág na mañginginom! verdugo ca nang asaua mo, escándalo ca nang bayan at luha nang sangbahayán. Ñguni ¿ano caya ang cagamotan?

Houag uminóm nang alac cailan man, ito ang cágamutan lamang na maihahatol sa iyo, Mahirap na hatol ang maitututol mo sa aquin, ñguni,t, mahirap man, ay anong gagauin, cun di ang pagpilitan: lalong mahirap ang mabuhay sa alac, mamatáy sa alac at icapapacasama. Lalong mahirap ang doon sa infierno ay painomin ca nang apdó nang ajas at apdó nang mañga olopong na maguing parusa sa malabis na paginóm. Cun may saquit ang mañginginom ay nacapagtitiis nang isa ó dalauang buan .man na di tumítiquim nang alac, ¿baquit di mo magaua cáya ang pagtitiis na ito, pacundañgan man lamang sa icagagaling nang iyong caloloua? Ang icalauang maihahatol co sa iyo, ay cun ibig uminóm magpabili nang caunti, at inomin sa oras nang pagcain; houag magiiñgat nang marami sa bahay, sapagca,t, cun maquiquita,i, di macatitiis hangang di malasing. Ang icatlo, houag maquisama sa mañginginom, at nang di malamuyot sa dating gaua. Umilag sa mañga piguing nang mañginginom, sapagca,t, diya,i, hindi naquiquita ang casiyahan sa pagcain at, sa pag-inóm, cun di ang cayamoan. Ang icapat, houag uminóm sa di oras nang pagcain, sapagca,t, cun aboting ualang laman ang sicmura, ay umaac-yat sa ulo ang alac at nacapagcacasaquit. Pag uminóm, sa hapon at sa gabi, ay nacapagdidilim sa isip, nacasisira nang lacás nang catauan, at pagcacadahilanan nang mañga saquit na aquing sinaysáy. Cun ang isasagót sa aquin, ay di maca-

utiis na di uminóm nang marami: ang ipinapacli
co,i, pagaralan. Cun ang itututol sa aquin, ay di
mangyayari,t, di macacayanan: ang isasagót co,i,
tumauag sa Dios, patulong cay Guinoong Santa
Maria, at nang macayanang paglabanan ang ma-
samang caibigán sa alac. Ang caholi-holihan cong
hatol, ay magconfesion general, salicsiquin ang ca-
lahat lahatang casalanang na gaua sa boong pa-
nahong nagumon sa vicio, pagsisihang masáquit
sa loob, ipahayag sa confesor nang macayanang
talicdán ang masamang caasalán, at nang masaoli
naman sa gracia nang Dios; sapagca,t, cun ualá
sa gracia, ualá rin namang lacás na icapaglalaban:
cahit anong gauin, cahit pagpilitan, ay di mang-
yayari, at palibhasa,i, hindi calugdang tulungan
nang Dios.

Aco,i, napalauig na lubha, Feliza, nang pag-
sasaysáy nang dilang casamáng bunga nitong
calupit-lupit na vicio, nang maquilala ni Hones-
ro,t, ilagan hangang bata: at nang di pagsisihan
cun mapahamac. Ang sulat na ito, ay mabasa
naua nang caniyang capoua bata,t, binata, at
nang paquinabangan. Adios, Feliza, hangang sa
isang sulat —URBANA.

ANG PAGIISIP-ISIP NI FELIZA

SA PAGLAGAY SA ESTADO.

—=—

Si Feliza cay Urbana.—PAOMBONG....

MINAMAHAL CONG CAPÁTID: Sa pagcamasid ni ina, na aco,i, dumating na sa panahon, na dapat co nang ilagay sa estado, ay sa madlang binata na sa aqui,i, nagnanasa, ay napahinuhod ang loob, sa isang baguntauo, na inaacala na may iniñgat na cabaitan.

Dito, sa mañga nacaraang arao, ay madalás sumagui sa aquing pagiisip, cun ano ang aquing mapagsasapit sa panahong haharapin. Cun du-mating ang capanahonan, at tayo,i, maulila cay ama,t, cay ina, at aco,i, dalaga pa, di aco sa mundo,i, ulilang ulila. Ulilang ulila at mapapag-isa sa guitna nang mundong puno nang pañganib. Cun magcagayon na,i, di catulad co,i, isang ma-rupóc na daong na inabót nang sigua sa guitna nang dagat, pinagtutulong-tuloñgang hampasin nang salu-salubong na hañgin, ibaba,t, itaas, nang ma-taťaas na daluyong; cahima,t, ang timon nang cabaitan ay di masisira, cun ualà na ang pilotong macapagaalaga; ¿masasabi cayang macasasadsád sa guilid, macapañgañganlong sa hañgin, at di ma-babagbág sa laot? Ang puring iniñgat nang aquing pusong daong na marupóc, cun pagtu-long-tuloñgang hampasin nang marahás na hañgin nang hibo,t, paraya, cahit anong bait, cahit anong

hinhin, cahit anong ilag ang aquing gamitin, a
ipagsangaláng cun mapag-isa na,t, abotin nan
hina, at aco,i. hapoin sa catiyagaan ¿masasabi c
cayang dili mababagbág sa laot? ¿Di caya isan
capañgahasan, cun aquing uicain na ang capu
rihan co at calinisan, ay ma iiñgatan co rin s
calaguitnaan nang suson susóng pañganib? isan
capañgahasan at isang caulolan. Caya di pah
nohod ang loob co, na aco,i, lumagui sa gani
tong calagayan Cun ang isang dalaga,i, may bail
at may nag aalagang magulang, cun may mag
bantá man nang di matouid, ay di mapanibulos
at palibhasa,i, ang macacabanga,i, dalauang cabaca
ang cabaitan nang isang dalaga, at ang alang alang
sa magulang, Ñguni cun maulila na, ang cabai-
tang ito na parang isang cutang tangolan nang
puri nang isang virgen, cun mapag-isa na.t, ualá
nang magtangól, ¿di caya pagpahamacang lusobin
nang pañgabas na loob? Cun magca gayon na,i,
ang carupucán nang bata cong loob ¿ay maca
aasa cayang macapagtatagumpáy?

Cun pagdili-dilihin co naman, na ang matrimo
nio,i, mabigát pasanin, lalo,t, ang tatamaan ay
di co macacasundo, at iba ang asal, iba ang uaní,
salát sa cabaitan at ualang cabanalan, iba ang
loob, ang dalauang puso ay di matataban nang
isang pagibig, ay capilitang malayó sa amin ang
pagcacasundo. Cun ang mañga bagay na ito,i,
aquing pagdili dilihin, ay nagaalañgán aco, natatacot
tumangap nang isang mabigat na pasán, na hindi co
masabi na macacayanang dalhin. Sa lagay na
ito, na nagaalañgan ang aquing loob sa dalauang
estado: pinag. titimbáng-timbáng ang pañganib at
caguinhauahan nang isang dalaga; ang pagca

ayo sa pañganib, ang cabigatan at cahirapan nang isang may asaua, ay nagugulo ang aquing isip, nagaagam agam ang loob, at hinahandulong aco nang malaquing sáquit. Sa ualang matutuhang gauin, ay itingalá co ang matá sa langit, at pa- libhasa,i, diyan co inaasahan na magmumulá ang tulong sa aquin. (1) Ipinahayag co sa Dios, ang dinaramdam cong capighatian at aquing sinaysay yaong pinalangiog bigcas nang Profeta: aco,i, turo- an mo Panginoon cong sumunod sa iyong mahal na calooban, at palibhasa i, icao ang Dios co. (2) Ang manga mata co,i, para nang alipin na bibi- tin bitin sa panginoon hihintay-hintay at di ina- alis hangang sa di caauaan. (3)

Ang Dios na dinadaiogan co, sa toui-touing da- ratnán aco nang sáquit, si Guinoong Santa Maria na tinatauag cong Ina, ay naaua,t, nahabag sa aquing manga panalangin, hindi nalao,i, hinango aco sa hirap. Isang gabing tahimic, na bagong natapos acong nagpuri sa Dios, ay nilapitan aco ni ina,t, may ipinahayag.

Icao, Feliza, ay na sa capanahonan na sucat ipagisip, na lumagay sa estado. Ang tauo ay di lagui sa mundó, buhay maicli at may catapusan caya ang iniisip co,i, ang sa haharapin. Minama- hal cata, bunto at di co; datapoua,t, lalong mina- mahal co ang capanatagan mo.

Cun dumating sa aquin ang oras nang camata- yan, at maiuan quita sa calagayan iyan, ay ma-

---

1 Levavi oculus in munte, unde veniet auxilium mihi Sal. 120 v. 1.

2 Docé me facere voluntatem tuam, quia Deus meus tú.

3 Sicut oculi ancilæ in manibus dominæ suæ: ita oculli nostri ad dominum donec misereatur nostri, Psalm 122.

guiguing tinic na sa aquing puso,i, magbibigay
saquit, sa pagaalaalang quita,i, maiiuan sa madlang
pañganib, lalo,t. cun ulila ca na sa ama,t, sa ina.
Sa madlang baguntauo, na nañgiñgibig sa iyo,i,
isa ang napili nang ama mo, at gayon din naman
aco. Isang baguntauo na anac guinoo, maganda
ang quias, asal ay mahinhin, may loob sa Dios,
may iquinacacaya, asal ay tahimic, malayo pag-
aauay, ualang nota sa bayan, ang pañgala,i, Ama-
deo. Ang baguntauong ito,i, ang inaacala cong
macacabagay mo, at maguiguing casing isa mo sa
palad: Pagtaga ni ina nang caniyang salita ay
natalas'as co ang tinutuñgo, ñguni hindi co sinagot
hangang di natapos, at niniisip co naman ang itu
tugon co.

Nang siya,i, tumahimic na, ay ualang naisagót
aco, cun di ang salamat, ina, sa pagcacaliñga sa
aquin sa maganda mong nasang aco,i, mapalagáy
sa capanatagan, sa panahong haharapin Ñguni
ang hingi co ina,t, pamanhic sa iyo,i, aco ay
bigyan nang caonting panahon naipagisip. Aquing
natatantô, ina, na ang matalas mong bait, ay na-
darayaan, di ang cagandahan, di ang pagca guinoo,
di ang munting ari ni Amadeo, cun di ang ma-
ganda niyang asal, ang nacahicayat sa iyo, na
ibigáy sa aquing esposo, ñguni hintay muna, ina,
at magmamasid acong mañga ilang arao. Cun
maquilala co na ang caniyang pagibig ay di pa-
imbabáo, asal niya,t, asal co ay nagcaca-isa, ang
magugulang niya,t, mañga capatid ay macaca-
sundo co, ay asahan mo, ina, na aco ay caniya,
ñguni cun sa caniyang familia, ay may ipipin-
tás ang tauo sa bayan, at ang capintasang ito
ay icasisira nang ating puri, ay ipahintulot mo,

ina, na di co ipayag sa caniya ang aquing puso, at inaasahang co naman na ang sagót cong *hindi*, ay di mo icapopoot.

Sa sagót cong ito,i, nañgiti si i a, at aco,i, niyacap na pinacahigpit, at ang ipinaclí: sa ilan nang arao na ninanasa cong magpahayag sa iyo, ay nahuhulaan co na ang isasagót mo. Salamat Feliza, sa Dios, sa masonoring loob na ipinag-caloob sa iyo, salamat sa pagsunód mo sa calooban nang magulang. Salamat sa cabaitan mo. Sa isang masonoring anac, ay ualang sucat na asahan ang ina, na para nang sagót na iyan, na bulong sa iyo nang iningat mong bait.

Di co masaysay, Urbana, sa iyo ang quinam-táng tóua ni ina t, sampong aco naman: aco,i, niyacap na muli, saca ang canan co ay pina-cahigpit na hinauacan nang dalauang camay, ay bago uinica: matulog ca na, bunso, bucas ay muláu mo nang isanguni sa Dios sa iyong ma-ñga panalañgin, idalañgin mo cay Guinoóng Santá María, na icao at aco,i, tulungang ipagcaloob na matulóy ang ating magandang bantá, cun ma-ayon sa santong calooban niya, at igagaling nang iyong caluloua; at cun hindi naman, ay bigyan tayo nang daan na icasasansala.

Nang quinabucasan, Urbana, ay naquita cong nasoc sa pintoan nang ating bacuran si Amadeo. Adios, Urbana, hangang sa isang sulat.—Feliza.

CAHATOLAN

SA DINATNAN NANG PANGANIB

— —— —

Si Feliza cay Urbana.—PAOMBONG....

URBANA: sa sulat na sinundán nito ay aquing sinaysay sa iyo na maquita co si Amadeo, sulat co,i, napatid, at dinguin ang cadahilanan: ang dibdib co,i, nagtatahip; ang puso.i, nabibigatán nang isang caramdamang di nararanasan magpacailan man; ang camay co,i, nangiñginig; ang pluma.i. nalalaglág sa daliri; sa matá co,i, nangiñgilid at bibitin bitin ang camunting luha, at sa catapusang matitic sa sulat ang ñgalang *Amadeo,* pluma,i, nabitiua,t, pumatac ang tubig na bumasa sa sulat. Ñgayon co ipatuloy ang sulat iyon.

Nang si Amadeo ay maquita cong na sa pintoan nang ating bahay, ay natilihan aco, loob co,i, napiudang at naualan nang diua. Isang baguntauo, na ang quias at tindig nang pañgañgatauan, ay timbang na timbang, quilos ay mabini, mahinhin ang asal, sa caniyang muc ha,i, cahit di maquita ang nacasisilao na cagandahan, ñguni nagniningning ang cabaitan, ang malubáy at maamong loob na iniingatan, ang mata,i, maamo,t, ang binibitiuan ay may hiyang titig, na di napañgahasang itapon sa aquin. Nauumid siya,t, mata,i, nanguñgusap, at acong nacaharap naman ay gayon di,t, tiboc nang puso co ay labis nang tunog, na aco,i, nagdalang tacot, na baca marinig. Sa aquing mapansin ang calagayang iyon, bait co,i, nañgusap, nagdamdam nang hiya: sa malaquing hiya,i. aco,i, napaalis na biglang di co na nagamit ang ga'ang sa pagpapa-alam. Nang aco,i, maligpit na sa si lid, ay naramdaman cong napaui ang catahimi-cang cacambál nang cabataan co, at ang huma-lili,i, isang caligaligan na dinaramdam co i, dili co masaysay. Ibig co dising umalis sa silid na quinala'agyan co,t, aco,i, paquita uli, at huminğing tauad, sa di co pagpapa alam, nğuni nacarinig aco sa dibdib co nang isang matunóg na voces, na sumansala, sa aquin, at nañgusap: na ang ga-uang iyo,i, bulong nang licóng pagibig, at saui sa cabaitan nang isang dalaga. Titindig na aco,i, na-pa-upó uli nacapaghunos dili at na ala ala co yaong auit ni David: aco,i, nagsacdál sa aquing Pañgi-noon nang pagusiguin aco nang saquit, ay quina-lugdan dinguin ang carainğan co. (1) Itong san-tong auit nang may dusang Profeta ay parang narinig co, napatindig uli sa quinaloloclocan, big-lang naniclohód sa ating Parğinoong napapaco sa cruz, nanalañgin aco sa caniyang harapan, at ang caralitaang damdam nang puso co ay aquing sinaysay: (2) isilay mo, Dios co, ang caliuanagan sa napagdidimlang cong isip, nang di ang calolo-ua co,i, abotin nang camatayan, houag mong itu-lot na macapagtagumpay sa aquin ang malupit na caauay nang di pagauitan aco, aglahiin at ui-cain: siya,i, nagahis co rin. (3) Nang matapos acong macapanalañgin, sumigla ang puso, nagdamdam

(1) Ad dominum cun tribularer, clamavi et exaudivit me Psal. 119.
9 Effundo conspectu ejus orationem meam tribula ionem meam ante ipsum pronontio. Psalm, 141 v. 2,
3 Illumira sculos meus ne unquam obdormian in morte ue quando dicat inimicus meus prævalui adversus cum.

nang catapangan, aquing uinica; iilag na aco sa
panganib na macasisira nang calinisan co; at na-
alaala co yaong uica ni San Pablo: sa tucsong
laban sa calinisan, ang douag ang nagtatagumpay
Gayon man Urbana,i, hindi rin mangyari cun di
ang sangunian cata. Hintay ang casagutan mo
nitong iyong capatid na na nagmamahal sá iyo.
—Feliza.

— = —

PASASALAMAT SA DIOS

CUN TUMANGAP NANG AUA.

Si Urbana cay Feliza—MANILA...

FELIZA: Tinangap co ang dalaua mong sulat
ang isa ay fecha 5, ang icalaua,i, 12, capoua dito
sa lumalacad na buan, ay natanto co ang dilang
cabutihan ni Amadeo, ang catapangan mong lu-
maban sa isang mahigpit na cahingian nang puso
ang pagsasacdal mo sa langit sa panahon náng
panganib ang pagtatagumpay nang cabaitan mo, at
ang dilang cahingian mo sa aquin.

Ngayo,i, ang sagot co sa iyo,i, magpasalamat ca
sa Dios, at ang tularan mo,i, yaong mapalad na
haring nagsaysay: magpupuri aco sa Dios, sa
toui-toui na: at ang pagpupuri ay di co hu-

humpayan. Nagsacdál aco sa Panğinoon co,i, qui
nalugdáng dinguin ang aquing dalanğin: at sa ca
ralitaang dumating sa aquin, ay iniadya aco. (1)
Icao, Feliza,i, ipinahintulot nang lanğit na mala-
gay sa isang panğanib, pinabayaang ipaquipag-
bacat ang sarili mong la-ás, dibdib mo,i, nalagay
sa guitna nang digma,i, nagcaalanğan sa lamu-
yot na tucsó, at sa hatol nang cabaitan; nğuni
pagtauag mo,i, agad cang dinulóg at ang calo-
loua mong lumagui sa birap, ay sinaclolohan,
inalis sa dusa, biniguian nang lacás at caguin-
hauahan; tingni, capatid co, cun di ang catami-
sau nang Dios, na ibinabalita nang haring Pro-
feta ay naranasan mo. (2) Hinğin mo cay ina,
Feliza, ang sulat co sa iyo, at diyan mo mata-
talós ang magandang hatol na hinihinği mo,
Adios, Feliza, hangang sa isang sulat.—URBANA.

ARAL SA MANĞA INA

NA MAY MANGA ANAC NA DALAGA

Si Urbana cay Feliza,—MANILA....

IGUINAGALANG CO,T, INIIBIG NA INA: Isinulat sa
aquin ni Feliza ang magandang gayác mo po,
na siya,i, ilagay sa estado, ang pagpapahayag

---

(1) Ad dominum cun tribularer, clamavi et exaudivit me Psal. 119.
(2) Laudate nomen ejus quoniam suavis est Dominus. Psal, 99, v. 4.

mo sa caniya, ang caniyang casagutan sa iyo, na magmamasid muna,t, magiisip-isip cun icararapat sa Dios. **Ayon** sa bagay na ito,i, uala acong masabi, cun di ang inyong magandang banta at ang mabait na adhica nang loob ni Feliza, ay ipatuloy, sacali,t, mapaganinao, na na-uucol.

Humihiñgi naman sa aquin nang mañga cahatulang ucol sa caniyang calagayan, isinanguni co sa isang Sacerdoteng marunong, ay di minatapát na ipahayag lamang sa aquin nang bibig, cun di ang isulat. Ang sulat na iyan, na inyong tatangapin, ay quinapapalamanán nang mañga cahatolang aalinsunurin nang isang ina, na may quinacaliñgang anac na babaye. Caya minarapát cong sa inyó,i, ipinadalá.

Ang Confesor cay Urbana.

URBANA: Alinsunod sa magandang cabiñgian sa iyo ni Feliza, ay minatapát cong isulat sa inyo ang mañga cahatolang laban sa masamang caugaliang naquiquita, na ipinabibintulot nang ina sa anac; at ang matotouid na aral na sinipi ni padre Arbiol, sa santong sulat, na nauucol sa mañga ina. (1) Mumulán cong isaysáy ang isang masamang caugalian, na caraniuang naquiquita.

Cun sa bahay nang dalaga ay may pumanhic na baguntauo, cun may iningat na bait ang maguláng, ay di dapat ipahintulot na ang anac na

(1)E c! 48 v. 22. Exp.

dalaga ay gumamit nang bandeja, lalo,t, cun di nahaharap ang ama ó ina, magpañganga sa baguntauo, sapagca,t, cun ualang iniñgat na mahal na asal, ay capilitang bubuhatin ang camay ó paá, iquiquilos nang masama, lalo,t, cun na sa dilim.

Hindi man pagpahamacan nang gayon, bibig naman ang gagamitin, bibigcas nang sabi; ipahahayag ang na sa loob, na ang caraniuan ay hindi magaling.

Magsasaysay caya naman nang pagibig. Sa pagibig na ito,i, ¿ilan na caya baga ang tapat? at sa tapat ma,t, sa hindi, ¿di caya nahahaloan nang masamang bantá?

Pacatantoin nang ina, na ang calinisan nang isang dalaga ay parang isang bubog, na cahit di magcalamat, cahit di mabasag, mahiñgahan lamang ay nadurungisan.

May isa pang caugalian na sacdal nang sama at sucat paca-ilagan nang manga magulang. Pagpanhic nang baguntauo, pagcabati sa magulang ay iiuan ang anac na dalaga, pababayaang maquipagusap nang sarili sa baguntauo.

Cun ang isang dalaga ay naquiquipag usap nang lihim sa baguntauo, ¿saan caya natin maipag hahalimbaua, cundi sa libay na usá, na hinahabol nang áso, na di tutugutan hangang di abutang macagat, at mapatay? Cun ang itutugon sa aquin nang isang magulang, ay catiuala ang caniyang loob sa anac niyang dalaga, at naquiquita niyang may iniñgat na bait, ang masasabi co naman ay di catampatan sa magulang na ilagay sa pañganib na mauala ang bait at malugso ang puri nang caniyang anac. Ang sucat alalahanin yaong tulang sambitlâ nang manga binata: ang bato,i, saċdal man nang tigas, tubig na malambot ang nacaaagnas.

Cun ang isang baguntauo, ay naquiquipagharap nang lihim, sa isang dalaga, hindi malayo na ma- uala ang pitagan tumapang ang loob na magpa- hayag nang caniyang masamang nasa. Sa unang pagpapahayag, sa icalaua, sa icatlo, cun ang dala- ga,,i, may iningat na puri, hindi malayo na di pa hiouhod sa mas mang lamuyot at maitatangol pa nang catutubong cabaitan Nguni sa icaapat o icalima marahil ay hindi na. Mahirap nang macapaglaban, at palibhasa,i, nararagandan. Maipaghahalimbaua sa ca- hoy na babad man sa tubig, sa apóy capag nálapit, at naragandang sa init, ay capilitang magdiriquit.

Sa caraniuang paghaharap nang dalaga,t, ba- guntauo, ang catauan ay nagcalapit, nagtatama nang mata,t, nagcacaabutan nang sabi; ay at ¡ilan cayang panimdim na laban sa calinisan ang bucal sa isip! ¡ilang masamang banta ang maga- ling sa puso, ilang bucang bibig ang mabibi- tiuan! ¡ilang masamang quilos ang magagaua nang binatá na pauang panglugsó nang puri nang isang dalaga!

Cun icao, da'aga, ay sasagot sa aquin, na ang puso mo,i, gaui sa calinisan, dibdid mo,i, ma- tibay na di mababagbág, ang isasagót co sa iyo i, yaong dalauang hatol nang Dios Espíritu Santo, na ualang nagcandong nang apóy na hindi na- sunog. Ang lumululong sa panganib, ay sa pa- nganib din mapapahamac (1)

¡Oh pabayang ama! ¡oh nagcacamaling ina! ca- iingat at sa minsang malugsó ang puri nang anac ninyong dalaga, ay di na masasauli. Pag

_____

1 Qui amat periculum in il o perl¹ it.

nagcagayon na,i, uala cayong magagaua, cun di itangis ang caniyang casiraan, at ang casiraan nang inyoug puri; at ang lalong catacot tacot ay ipagsusulit ninyo sa Dios, cayo ang sisisihin at parurusahan, at palibhasa,i, cayo ang may casalanan (1) hatol, na sinipî sa eantong sulat ni padre Arbiol, at ipinangaral sa manga ina.

Cun icao,i may anac na babaye ay turoan mong matacot sa Dios, houag pagpapaquitaan nang ngipin, paca-ingatan ang canilang pagca vírgen, [2] turoang magmahal sa asal at magpaca hinhin, nang di lapastanganin nang binata.

Houag tutulotan, na sa canilang pagtingin, ay mabasa ang cagaslauán at pagca mairoguin. Sa matá ang uica nang Profeta Jeremías, nanasoc ang camatayan nang caloloua, na sumisira sa manga binata.

Ang anac na talipandás at mapangahás, ay nacapagbibigay hapis sa caaua auang ama, ang uica nang Dios Espíritu Santo Caya pacaingatan, at cun maquitaan nang casiraan, ay hangang bago,i, bigyan agád nang cagamutan, sa pagca cun lumalâ, ay ualâ nang magagaua. Sundin yaong magandang hatol sa magulang na ualang di nacatatalastás: ang cahoy na licó at buctot hutuquin hangang malambut pag lumaqui na at tumayo,, mahirap na aug paghutoc.

Pacaalagaan nang ina ang caniyang anac, tingnan ang canilang manga quilos, nang maqui-

---

(1) Omnia quae delinquerint filii de parentibns requirentur. Orig: lib 2 in Job

(2) Feliza tibi sunt, serva corpus i larun et non ostedas illoren fociem tuam ad illas. Ecc. 7. 26.

lala ang licó at buctót, at cun sumasamá. Itong
santong hatol nang Dios Espíritu Santo, ay aliu-
sunorin at nang di mamali: binigyan nang Dios
ang tauo, nang tainga,t, nang ipaquinig, matá
at nang itingin (1).

Sa pagbabago nang muc-há nang babaye, na-
quiquilala ang caniyang casamaán, (2) caya hindi
carampatang calingatau, sapagca ang casiraan nang
anac na babaye, ay casiraan nang ina.

Houag tulutang mamintanang palagui, sapag-
ca,t, ang dalagang namimintana, ay caparis nang
isang buig nang uvas, na bibitin-bitin sa sanga
sa tabi nang daan, na nagaanyayang papitás
sa sino mang macaibig.

Nang houag mamihasa sa pamimintana, ay big-
yan nang ina nang gagauin, turoang mamaha-
la sa bahay, at nang di na pagaralan cun du-
mating ang capanahonan. Ito,i, catungculan nang
magulang na ituro sa anac; at gayou ang bilin
sa santong sulat. (3) Sapagca,t, sa isang babaye,
nangagaling ang masamá ó magandang capalaran
nang pamamahay. (4)

Houag tutulotan na ang dalaga ay lumacad
sa daang nag-iisa ó utusan caya sa oras na di
catampatan, ó magpacial caya nang ualang ca-
sama. at nang di pagcaraanan nang capahama-
can. Cun si Dina na anac ni Jacob, ay di nag-
pacial na nanagiisa, ay di disin hinamac ni Si-

(1) Filiae tibi sunt, serva corpus illarum et non ostendae
illarem faciem tuam ad i las. Eccl. 7. 26.
(2) Nequitia mulieris immulat faciem ejus. Eccl. 25. 24.
(3) Thim. 6. v. 4.
(4) Arb. Lib. 5, c. 11.

quem, na anac nang principe Hemor, na ini-
lugsó ang caniyang pagca virgen. Cun magca-
gayo,i, laquing dalamháti nang isang magulang,
at palibhasa,i, casiraan nang puri nila at nang
boong cahinlugan. At cun magcabihira,i, mula
nang pagaauay at pagpapatayan, para nang
nangyari sa manga anac ni Jacob at anac ni
Hemor.

Minsa,i, naisipan ni Dina, na manaog, at ang
nasa,i, manocd nang babayeng tubo sa lupa ni
Canaan na caniyang tinatahanan. Sa pag-papa-
cial niya sa lupang iyon, ay naquita ni Siquem,
nalugód at nagdamdam nang malaquing pag-
ibig, hindi nacalaban sa lihis na nasá, inagao
si Dina, itinanan at sinira ang caniyang pagca
vírgen. Nang magca gayon na,i, ualang pagca-
siahan ang capighatian nitong napahamac na
dalaga. Sa malaquing pag-ibig ni Siquem, ay
hinihiling sa caniyang ama na siya,i, ipacasal cay
Dina. Sa cahingian nang anac, ay napahinuhod
ang ama, siyang namanhic cay Jacob, na ang anac
niyang si Dina ay ipacasal cay Siquem. Nang
nagsasalitaan ang dalauang magulang, ay narinig
nang manga anac ni Jacob, natantó ang nangyari
cay Dina, galit ay di hamac, nagbantang maghi-
ganti, nguni di ipinahalatá ang canilang masamang
nasa. Sa cahingian ni Hemor ay hindi napahinu
hod ang manga anac ni Jacob, hangang di sila na-
ngaco na maquiquiugali sa canila, na susunód sa
Ley nang Circuncision na utos nang Dios sa manga
Hebreo.

Palibasa,i, daquila ang pagibig ni Siquem cay
Dina, ay tinupad ágad ang pangaco. At di lamang
siya, cun di lahat nang lalaqung siquimitas na ca-

nilang nasasacopan, ay pinagutusang sumunod. Nang may icatlong arao na sila,i, nasasaquitan ay linooban nang dalauang anac ni Jacob na si Simeon at ni Levi ang ciudad naug Siquem, casama ang canilang manga lingcod at pinagpapatay ang tahat nang lalaqui na ipinaquirama۷ si Siquem at ni Hemor, at quinuha si Dina. Nang macaalis na sa ciudad si Simeon at ni Levi, siya namang pumasoc at lumoob ang ibang manga anac ni Jacob. Sinamsam ang manga obejᴐs, baca at asnos nang siquimitas, at dinalang bihag ang manga babaye sampo nang manga bata. (1)

¡Laquing capahamacan ang naguing bunga nang pagpapacial na nagiisa ni Dinang quinapos sa palad! Nasira ang caniyang pagca virgen, hiyas nᴐng isang dalaga, napahamac ang puri nang caniyang magulang at nagca utang nang maraming buhay ang caniyang manga capatid.

Cun si Eva disin ay, di nagiisang nancod nang halaman sa Paraiso, di sana pinangahasang tinucso nang demonio ó cun pinangahasan man ay may isang esposo na macasasansala

Cun sa isang anac na dalaga, may manunuyo, ay matacot ang ina ó ama na sila ay paglingcoran nang baguntao, sapagca,t, cun magca gayon, ay macaquiquita nang daan na titira sa tanghali ó sa gabi, sa manga oras na iyan ay ¿macailang ca yang magtama nang mata, macailang magsasarilinan nang salitaan? Pagca nagca gayon na,i, daan na nang pagcapahamac; sapagca,t, ang pagtitinginan at ang pagnanasa nang masamá, ay di nagcacalayó, ang uica

_____

(1) Gen c, 31.

ni San Gregorio Nazianceno [2] **Ang** uica nang Dios Es
piritu Santo,i, bago dumating ang saquit ay lagyan
nang cagamotan; [3] ay ¿saan caya naroon ang bait
nang isang ama ó ina, na nagpapahintulot na sa cani-
lang bahay ay tumirá ang isang binata, sapagiimbót
nang suyô? ¿di ang cahulugán nito,i, sila rin ang cu-
miquita nang daan at panganib, na icapapaha-
man nang puri nang canilang anac na dalaga?

Di naman catampatang magpita nang salapî
ang isang magulang sa lalaqui, sapagca,t, bucód
sa ibinabaual nang Superior Gobierno at nang
Señor Arzobispo D. Fr. José Seguí, ay itinutu-
lad sa hayop ang canilang anac, na pinagbi-
bili sa lalaqui. Di rin naman catampatan, na
magparinig na nagcacailangan nang salapi, at
nang houag mapaguicaa ng masaquim. Bucód di-
to naman, ay cun magcaayauan, ay hirap na
nang pagsisingilan, at palibhasa,i, masáquit ang
magbayad. Laquing casiraan nang puri nang
isang dalaga, laquing cahihiyan nang isang ma-
gulang, cun magca hablahan at paghatolan nang
isang justicia.

Marami pa at madlá, Urbana, ang masasaysay
cong manga cahatolan na dapat alinsuuurin nang
magulang sa pagaalaga sa anac, nguni at sa
pagca,t, aco,i, lalanig na lubha ay ililiban co na
sa ibang sulat ang manga cahatolang ucol sa
magasaua.

Si Feliza, ay may iningat na bait na minana
sa magulang, umiilag sa panganib, at palibha-
sa,i, naquiquilala ang caniyang carupocan ang

---

(1) Arb, Lib. 4. c. 24 de la **fam. regi**
(2) ALte languorem adhi e medicinam

rosa nang caniyang pagca vírgen ay pinaca aalagaan, quinucubcób nang tinic nang pagpapasaquit, dinidilig nang panalangin, at palibhasa,i, natatanto yaong uica ni Santa Maria Magdalena de Pazz'is, ang calinisan, ay hindi mabubuhay cun di bacuran nang tinic, at di naman mamumulaclac, cundi batbát nang tinic. Caya uala acong sucat maihatol sa caniya, cun di ang ilagui ang loob sa cabaitan, magpasalamat sa Dios at ipinagtangcacal ang caniyang calinisan sa panganib na icasisira, at ang tularan niya,i, yaong calolouang nagpasalamat sa Dios, at ang saysay: aco,i, magpupuring palagui sa iyo, Dios cong nagtangcacal sa aquin, at iniadía mo ang calinisan co sa capahamacan. (1)

Ang manga cahatolang ucol sa paglagay sa estado, ay sa susunod na sulat aquing ilalagay Adios Urbana.—ISANG SACERDOTE

Ang sulat na ito, ina, nitong sacerdoteng hiningan co nang hatol, ay inaasahang co na paquiquinabangan nang maraming ina, at ni Feliza naman, ngayong siya,i, dalaga pa, at gayou din naman cun siya,i, maguing ina. Ipagcaloob naua nang Langit na mangyari ang iyong magandang nása cay Feliza cun icararapat sa Dios. Aco po, ina,i, humahalic sa iyong camay, gayon din naman cay ama.—URBANA.

---

(1) Collaudado te, Deum Salvatorum meum quoniam ad jutor et protector factus es mihi: et .iberatis corpus meum perditione. Eccl. c. 51.

ANG PAGPAPATIBAY NANG LOOB

— = —

Si Urbana cay Feliza.—MANILA...

FELIZA: Di hamac ang pagpupuri co sa Dios, at pinagcaloobang ca nang matibay na dibdib, na dili nabagbág nang maulit na tucsò, na nag bantang sumirá nang cabaitan mo; nang tim timang loob na naca pagtiis nang birap sa pa quiquipaglaban. Ngayo,i, ang batol co sa iyo,i, ang pananatili. Nagtagumpay cang minsa,i, houag cang malingat, at di ca rin tatahanán Ang bu hay nang tauo dito sa ibabao nang lupa, ay palaguing paquiquipagbaca, (1) caya ibandá ang sandata, houag pasuboc, iubos ang lacás, tapa ngan ang paquiquipag-laban, at catatag ce pag dating nang digmá. (2)

Ang demonio,i, cun tumucsò sa isang may loob sa Dios nang laban sa calinisan, ay di na tin sucat na malirip. Palibhasa,i, diyan naqui quita ang carupucán natin, ay diyan ca naman pagpipilitang ihapay. Daraanin ca muna sa pa quiquipag capoua tauo, hihicayating cang ma quipagsalitaang palagui sa quinabihinguilán nang loob, ibubulóng sa iyo na ualang panganib, sacá isusunód ang pagpapalagáy nang loob at pag mamahalan, at capag ang puso ay natalian nang masamang pag-ibig ay taling casunód na ang

---

(1) Mi itia est vita hominis super terram. Job. 6. y 1.
(2) Excrs vi.es, fer iter dimica, atrocier in prælio esto esu certa. Serm. Joan Christ. de Mart.

masamang gauá. Caya ang biling co,i, ang ilabau mo sa ganitong tucsó,i, ang pagilah sa panĝanib, pagtauag sa Dios, pagdating nang oras.

At cun sacali ma,i, ipahayag mo ang loob mo na si Amadeo ay maguing esposo mo, ay houag itulot sa puso ang maruming pagibig, at ang alalahanin ay Santo at malinis ang Sacramento Santo Dios ang may laláng, ang Hari nang malilinis na Angeles, ang Esposo nang manga Virgenes: caya tatangapin nang boong calinisan. Tangaping malinis at nang di ang sumpá nang Dios, cun di ang caniyang bendición Santá ang igauad sa iyong casabay nang Sacramento. Basahin mo Feliza, ang sulat na calampi nito, na ipinadadalá sa iyo nang aquing Director [1].

CAHATOLAN

Isang Sacerdote cay Urbana.

URBANA: Sa sabi mo sa aquin na si Feliza ay nagcacailanĝan nang manĝa cahatolang ucol sa pagtanggap nang Santo Sacramento nang Matrimo-

---

(1) Ang confesor na cay Urbana ay pumapatnugot sa pagau nang cabanalan

nio, minatapat cong isulat sa iyo at nang maipa-
basa mo sa caniya ang manga santong hatol, na
sinipi co sa isang libro. Dito sinasaysay ang ma-
nga bagay na quinacailangan nang magsisipagasaua
na ipagcacamit nang capalaran, at pagcacasundo
nang esposo,t, esposa. [1]

Ang una-una,i, cailangan, na ang esposo,t, espo-
sa,i, magcaparis nang uri at caugalian. Ang ica-
laua,i, ang pagiibigan. Ang icatlo,i, ang pagibig
ay malagay sa catamtaman. Ang icaapat ay ang
pagcacatiualaan nang loob. Ang icalima,i, ang ba-
baye ay houag mapacalubha ang yaman sa lalaqui
Ang icaanim, ang edad ay magcaparis. Ang ica-
pito, ang cagandahan nang babaye na hahanapin
ay caiguihan lamang at huag lumabis. Ang ica-
ualo,i, capoua mauilihin sa catahimican at maila-
guin sa masasamang pagsasayahan. Ang icasiyam
ay huag maiguin sa sugal na baual at malacas.
Ang icasampo ay huag maramot at huag náman
sambulat. Ang icálabing isa,i, capua banal at may
tacot sa Dios. Ang icalabing dalaua,i, masipag
at capua caauay nang catamaran. Ang icalabing
tatlo,i, matanguihin sa pagcamamariquit. Ang ica-
labing apat ay loob na timtiman at mapagtiis nang
hirap.

Cun ang lahat nang ito ay taglay nangsisipag
asaua ay capilitang magcacasundo, ang uica Payo
at panununtunan nang magandang capalaran. Ca
ilangang magcaparis sa pagca ualang capayapaan,
cundi magcagayon. Ang uica nang pitong pantas
sa Atenas: ang babaye ay humanap nang caparis

_____

(1) Ito,i, isang casulatan na ang bansag ay Casamiento per-
fecto. Sayo de And.

at gayon din ang lalaqui. [1] Ang la!aquing nagasa-
ua sa babaeng mahal pa sa caniya ay di esposo
ò asaua cundi alila ang casasapitan at parang
humahanap lamang nang caniyang infierno. Ga-
yon ang uica ni Flutano, Huag mong papag-
samahin sa pagaararo ang baca at asno, ang
uica nang Dios sa santong sulat, [2] sapagca,t,
sa di pagcacaparis nang canilang lacas at ugali,
ay di naman magcacauasto sa paggaua.

Ang icalauang quinacailangan, ay ang pag·
ibig, pagca,t, cun may pagibig, ang anomang
hirap ay pagcaca-isang bathin, at mabigat man
sacali,t, pinagtutulungan ay mamagaanin. Cun
may pagibig, anomang masapit ay di maghibi-
ualay. Nguni,t, cun ualang pagibig, ang munting
hirap ay di matitiis, ang uica ni San Agustin,
at palibhasa,i, di nagcacatulong nang pagbabatá.

Ang icatlong cailangan, ay ang pagibig ay
houag lumabis, sapagca,t, cun lumabis, ay pa-
nganib na mahulog sa catacot-tacot na panibughó.
Pag ang alin man sa dalauá ay maguing pa-
nibughoin, malingat lamang sa matá nang asaua,
ang acala,i, naglilo na; lumurá lamang sa duru-
ngauan, pinagbibintangan na may causap. At
ang quinasasapitan ay ang magasaua,i, parang
na sa infierno. Ang naninibugho,i, parang, isang
verdugo sa panibughoin. Gayon din, naghihirap
ang ipinaninibughó, sapagca,t, nasasactán ang
loob sa paglililo na ipinagbibintang sa caniya.
Caiingat ang magasaua sa panibughó, sapagca,t,

---

(1) Par pari jungatur conjux.
(2) Non arabis in bove et osino Deut. 22. 10

nagpapamatá sa masamá. At cun ang isa,i, mapunó na ay niuiuica sa loob na caniyang titiquisin.

Ang icapat na cailangan ay ang pagpapalagayan nang loob, gayon ang uica nang haring pantás sa babayeng timtiman na pinagcacatiualaan nang puso nang caniyang esposo, (1) nguni nacasisira riu naman ang malabis na pagcacatiuala sa asaua. Cun di nagca gayon si Samson cay Dalila, di disin nahulog siya sa camay nang manga filisteos, di disin napahamac ang caniyang buhay.

Ang icalimang cailanga,i, ang babaye ay houag yumamang lubha sa lalaqui; sapagca,t, cun magca gayo,i, ang babaye ang maguiguing lalaqui at ang lalaqui ang maguiguing babaye. Marami ang napapahamac na pagaasaua, sa pagca hindi esposa cun di pilac ang hinahanap.

Ang icaanim na cailanga,i, ang edad ay magcaparis; sapagca,t, cun magcacahiguitan nang malaqui, ay magcacaroon man nang pagibig, marahil ay di lumagui at cung magca gayo,i, mauauala ang pagcacasundó, at cun samain pa nang palad ay mararamay pati nang pagtatapat nang loob. Ayon sa bagay na ito,i, marami mang bagay na sucat masaysay ay hindi mangyari, at masisinsáy sa calinisan.

Ang icapitong hinihingi ay ang cagandahan nang babaye ay malagay sa caiguihan sapagca,t, cun lumabis, marahil ay di matahimic ang lalaqui sasaguian nang agam-agam na sa caramihan

_____

(1) Conffidit in ea cor viri sui. Prov. 31.

nang nalulugod sa caniyang esposa ay baca siya
paglilohan. Gayon ang sabi nang daquilang Sa-
cerdote nang Santa Iglesia na si San Juan Crisos-
tomo. 1

Ang icaualang cahingia,i, ang magasaua,i, ca-
pua maibiguin sa catahimican, nang di ang la-
laqui mangamba sa caligaligan nang babaye at nang
di ang babaye caya naman ang maghinala sa la-
laqui cun maquitang ualang palagui sa bahay
at pagalagala, lalo,t, cun palabiro at mapag aglahi
Ito,i, tagubilin nang isang pantas sa Grecia. 2

Ang icasiam ay capua umilag sa sugal sapagca,t,
ang viciong ito ay pangsira nang pagaari, mula
nang pagaauay nang magasaua, iquinahlimot sa
Dios nang pagtupad nang catungculan nang pagca
cristiano, nang pagcacalinga sa pamamahay, nang
pagaral sa anac; at cun ang babaye ang matutong
magsugal, ay lalong malaquing casiraan nang ma
trimonio. Maraming lubhang casaman ang napa-
paquinabang sa sugal. May isang babaye na ma-
uilihin sa sugal, na maguing ilang oras man sa
laró, ay di naiinip, at palibhasa,i, malaqui ang
pagcaibig. Sa guinayon-gayon ay di dinatnan
nang saquit. Gayon man ay di pinapansin at nag-
sugal din. Isang gabing na uupo siya sa suga-
lan, caraca-raca,i, sumuca siya nang dugó, inabot
nang camatayan. Ang caniyang vicio ay sugal,
sugal ang ipinagcasaquit, sugal ang iquinamatay.
Sucat pang hinuhaan nang maibiguin sa viciong
ito.

Ang icasampuong cahingian, ay capoua hindi

----

(1) Uxor nimis pulchra res est suspiciones pleno.
(2) Horat Sat. 1. 1.

masaquim sa salapi at di naman sambulat. Ang cailañgan ay bait na icaquiquilala nang panahong tapat na ipagimpoc, at panahong ipagpapaquita nang magandang loob. (1) Ang masaquim sa salapi ay salat sa pagibig sa Dios, at malupit sa capua tauo; at ang di marunong magsimpan naman, ay malapit sa paghihirap.

Ang icalabing isang cahiñgian ay ang tacot sa Dios sapagca,t, pinagpapala nang Lañgit. Ang uica nang Dios Espiritu Santo,i, ang calolouang may tacot sa Dios, ay hinahanap at pinacamamahal, at pagpapalain naman nang Dios. ¡2) Ang Dios ang canilang pinananaligan na magtatangcacal sa canila,i, ang mata naman nang Dios ay parating liñgap sa nananalig at umiibig sa caniya. (1) Mapalad ang magasauang may tacot sa Dios mapalad sa canilang pagsasama, mapalad sa mañga anac, mapalad hangang sa ca-apu-apuhan.

Ang icalabing dalaua i, ang casipagan. Si Adan at ni Eva ay linalang nang Dios at paraisong puspós nang toua ang pinaglagyan sa canila, ñguni pinagutosan din na bagbaguin ang lupang iyon, at nang may pagca libañgan, (2) Ang babayeng hinahanap at pinupuri nang haring Salomón ay ang may iningat na bait, 3 di ang may caganda

---

(1) Tempus acquirend', et tempus perdendi. tenpus custe e endi et tempus adjicieude Gec. 3. 6.

(2) Spiritus querentiu n Deum quaeritur et in respectu illus bened'cetur. Ece Ecel. 34· 14.

(3) Spes enim illorum in salvantes illos, et oculi Dei in diligentes se I id. 15.

(4) Posuit eum in paradizo voluptatis ut operaretur. Gen c.2

han at palibhasa,i, madaling lumipas, (1) cun di
ang may cabanalan at may cabaitan, na sucat pag-
catiualaan nang puso, [2) camahala,t, puri nang
isang esposo, at dilang cayamanan na sa caniya i,
ipinamamahala nang dilang casipagan na di ang
quinahihinguila i, ang maghiyas at magpamuti
nang labis na di nababagay sa caniyang calagayan
cun di any magca inga sa pamamahay, humanap
nang lino at bala.,ibo nang tupa na hinahabit,
itinatalaga sa esposo at manga casambahay, dili
cumain nang tinapay na di pinagpaguran; (3) ang
babaeng itong caguilaguilalas na naghihiyas nang
puri at cabaitan [4] at dilang cabutihan na sucat
taglayin naug esposa at ina ay pinanguilalasan
nitong pantas na hari at nauica na ualang capa-
ris sa lahat nang babayeng anac sa Jerusalem.
(5) Ang babayeng ito ay parang corona nang es-
poso, at palibhasa,i, iquinararañgal sa bayan at
parang camahalang taglay nang caniyang pañgalan
na iquinatataas nang caniyang puri sa guitna nang
caguinoohan [6] Ang ganitong esposa ay capilitan
mamahalin nang caniyang esposo at cabubuhosan
nang boong pagibig pamimintuho,t, paggalang
nang caniyang manga anac, at capalad-palaran
ang ibabansag sa canilang ina. (7) Caya sa

(1) ¿Mulierem fortem quis inveniet?
(2) Fal ax gratia et vana est pulchritudo. Prov. 31.
(3) Confidit in ea cor viri sui. Ibid.
(4) Panem ot'aso non comedit Ibid.
(5) Fortitudo et decor indumentum ejus. Ibid.
(6) Mu tæ filæ congregayerunt divitas tu supergressa es
un rvesas. Ibid.
(7) Nob lis infortis vir ejus, cuando sederiz cum senatoribus
ferræ Ibid.

panguiguilalas nang haring Salomon, ay ipinag-
tatanong cung sino ang maca quiquita nang isang
babayeng timtiman, na ang camabalan ay hi-
guit sa camahalan nang lahat nang cayamanan sa
mundó: (1) Mapalad, ang uica nang Dios Espí-
rito Santo, ang lalaqui na may asauang banál. (2)
Mapalad sa canilang pagsasama, mapalad sa cani-
lang pagaanac, mahal hangang sa caapuapuhan.
Nguni ang capalarang ito sa caraniuán, ay di
ipinagcacaloob nang Langit, cun di sa lalaquing
may iningat na cabanalan. [3] Caya ang baba-
ye,t, lalaqui, magcaca-asaua, ay dapat capoua
magtaglay nang casipagan, cabaitan at cabanalan.
Sa catagáng uica,i, magsising isa magandang asal
at nang magsising-isa naman sa magandang pa-
lad.

Ang icalabing tatlo, ay houag maibiguin sa
malabis na pagmamariquit. Ang isang dalaga
na nagnanasang magasaua, ay nauucol na mag-
damit nang mabuti at malinis, nguni itutuntóng
sa guhitt, sapagca paglumabis, ay maooui sa
caparangalán at pagpapa-ibig. Bucód dito nama,i,
ang isang dalagang butihin ay sucat catacutan
nang baguntauo, sapagca,t, ang uica ni San
Basilio, ay cahit ang pilac ay maparis sa agos
na pumapanhic sa bahay, ay madaling maubos
nang babayeng butihin, at sucat icapahamac
nang isang lalaqui. Si Salomón ay hari na ma-

---

(1) Surrexeruat fillii ejus, et beatissimau predioovrentu vir
(2) ¿Mullerem fortem quis niveniet? Procul et de u'timis
finibus pretium ejus. Ibit.
(3) Mulieris bonae beatus vir. Eccl. 26. 1.
(4) Mulier bona debitor viro pro factis bonis. Ibid. 3.

yaman at marunong, minamahal nang bayan
nang siya,i, bagong maghari. Nguni nang ang
caniyang puso ay mabihag at alipinin nang ma-
nga babayeng butihin sa caniyang palacio, ay
nabighaning sumambá sa manga idolo, sa pag-
bibigay loob. ¿Ano pa ang nangyari? Quina-
pootan nang bayan, dahil sa napilitang pinasa-
quitan ang caniyang caharian naug matataas na
buis, at nang masunód ang masasamang cahi-
ngian nang mapagmariquit na manga babaye na
inaalagaan. Sa lalaqui di ucol din naman ang
magmariquit nang labis sa caniyang catauan at
sa pamamahay; sapagca,t ipaghihirap nang asaua,t,
anac.

Ang icalabing apat na cahingian ay ang ba-
baye ay tahimic at matiisin. Ang mundó ay
bayan nang dálita, na may hirap na titiisin sa
magulang, may asaua,t, sa anac at dilang ca-
sambaháy. Cun ang babaye ay ualang loob na
timtiman, na ipagtitiis nang hirap, ay ualang
caguinhauahang cacam'an sa pagaasaua. Sapag-
ca,t, di matutong magpuno sa pamamahay, at di
maca sundó nang caniyang esposo. May manga
babaye na cun titinguan ay naca guiguilio, at
masayá ang muc-ha, at sa paquiquipagcapoua
tauo ay cagandahang loob ang ipinaquiquita, nğu-
ni sa munting masira ang caibigan, ay ipina-
hahalata agad ang tinagong casaman. Ang ma-
ta,i, nanlilisic, ang ingay nang bibig ay para
nang sa campana, ang tinacáp-tacap ay parang
manóc na putaquin, sa bibig ay nauanambulat
ang tungayao na anaqui,i, apóy sa himpapauid:
ang manga babayeng ito,i, saan caya natin ma-
ipaghahalimbaua, cundi sa putacti na masaquit

sumiguid, sa mañga olopong na may tinagong camandág na talagá sa apóy sa infierno. Gayon ang uica naug ating **P. J. C.**: ¡oh lahi nang ahas at mañga olopong! ¿papaano cayang macaliligtás cayo sa apóy sa infierno ó sa galit nang Dios, na nagbabalang magparusa sa inyo?

Pang-hinuhahan naug mañga babaye ang parusang ibinibigay nang Dios sa isang babayeng palatuñgayao sa Cataluña, na sinalitá nang Señor Obispo D. Antonio Claret. May narinig, aniya aco, na isang babaye na nagtutuñgayáo, ay pinañgaralan co Sa pañgañgaral co i, tumahimic na saglit, ñguni nang málayo aco,i, umulit na naman D.to,i, catacot tacot ang naugyaring parusa nang Dios. Namagá ang díla nang labis, na di macasya sa bibig, nañgiñginig, at humibiñgal na tila malalagót aug hiniñgá May tumauag sa aquin at nang mapa compisalán co, itong caaua auang babaye; ñguni, ¡oh masamang capalaran! Hindi na nacapañgusap, at di co naman naquitaan nang tandang pagcacaquilanlan naug caniyang pagsisisi.

Ito, Urbana, aug nacayanan cong sinipi sa mañga casulatan na mañga santong hatol, na ucol cay Feliza, sa iguinagayác nang loob na pagtangáp nang Santo Estado. Paquinabañgan na ua niya. Adios, Urbana —Isang Sacerdote.

Cun icao, Feliza, ay macapagtitiis nang hirap, macayayacap sa mabigat na cruz na pinapasán nang isang babayeng may asaua: uica co sa iyo,i, tangapin mo itong mabigát na pasán. Cun ang lahat na cabutiha,t, cabanalang hiyas nang isang babayeng timtiman na hinahanap ni Salomón at pinupuri nang Dios Espíritu Santo, ay di mo man iniingatan at nasusunód, ay pagsasaquitan mong sundin: uica co sa iyo,i, tangapin ang Santo Sacramento nang matrimonio. Cun si Amadeo,i, may iningat na bait, may tacot sa Dios, na para nang sabi mo, maca pagbibigay sa iyo nang magandang halimbaua; cun icao,i, marapa ay maibabangon ca: cun mapasinsáy ca sa daang matouid ay maipapat-nugot ca: cun inaacala mo na matimpi ang loob na maca pagtitiis nang taglay na hirap niyang mabigát na estado; cun nararamdamán mo na marunong magparaan nang mumunting casiraan at capintasan, na pilit maquiquita sa isang esposa, at palibhasa,i, babaye; cun naqui-quilala mo, na ang caniyang ugali ay dili malupit cundi mabanayad at ang casiraan at capintasang taglay, palibhasa,i, tauo ay mapararaan mo: pag-anhing saysayin, cun nahahalatá mo na cayong dalaua,i; maca pagtitiisan, at ang mabigat na cruz, na cun sarilining pasanin ay di macacayanan, at cun pagtulungan ay mamagaanin: hatol co sa iyo ay ipahinuhod cay ina ang calooban mo sa caniyang calooban na si Amadeo,i, maguing esposo mo. Caya ang mabuti ay magmasid muna at mag-tanong tanong. Feliza ang Dios naua,t, si Guinoong Santa Maria, ang tumulong sa iyo. Adios, han-gang sa isang sulat.—URBANA.

PAGSANGUNI

NI FELIZA SA ISA NIYANG CAIBIGAN

Si Feliza cay Urbana.—PAOMBONG....

URBANA: Basahin mo ang sulat nang isa cong caibigan na casama nito, Nabalitaang co na siya,i, caquilala at capit bahay ni Amadeo, caya siya ang pinagtanonğan co, cun sa caasalang naquiquita niya sa baguntauong ito, ay maihahatol niya sa aquin na ipahinuhod co ang aquing leob, na maguing esposo co.

Isang caibigan ni Feliza

FELIZA: Sa cahinğian mo na saysayin co sa iyo ang caasalan ni Amadeo, di mo man sinabi ang puno,t, cadahilanan, ay nahulaan co ang lamán nang pusó mo. Dinguin mo ang aquing salitá:

Ang bilang nang panahon nang pagca tauo ni Amadeo ay labis nang dalaua sa edad mo nğayon na labing anim. Natanto mo na siya ay tubo sa liping guinoo; ang magulang niya,t, magulang co naman ay magcacaibigan, caya ang canilang pag-cacaquilala at pagcacasundo ay aming minana na man ni Amadeo, na aquing capoua bata. Di mamacailang nacacasabay co nang cami,i, musmos pa sa pagsisimba, at pagpa sa escuela, cayá ang madalas ay na pagtatanonğan co nang di co na. rurunuñgan sa lecciong ibinigay sa aquin nang maestra. Ang caniyang cabaitang cacambal nang pagca bata, ay di tinalicdan, cun di pinaibayuhan, ñgayong lumaqui na Loob ay matipid, marunong maquiramdam sa capoua bata, hindi naquiquipag-ibigan cahima,t, cañgino, cun di sa naquiquilalang may tacot sa Dios: Dinguin mo ang sinasalitá niya sa aquin na napahamac na bata, dahil sa maling pagiibigan, na caniyang nabasa sa isang libro ni San Alfonso de Legorio, (1)

May isang batang may loob sa Dios, mauilihin sa pagcocompisal at paquiquinabang, na sinabi nang caniyang confesor na di nagcasala nang daquila, mula nang magca loob, Isang arao na siya.i, naglilibang, nacatagpo nang isang masamang bata, na nacasira nang caniyang cabanalan Ualang málay malay sa pagcacasala, ay tinuruan nang paraan nang malupit na batá, sa paggauá nang masamá. Nang siya,i, maoui sa caniyang bahay, dumating ang gabi,i, guinauá ang natutuhang casalanan.

¡Oh di sucat matirip na justicia nang Dios! Nang gabi ring iyon ay dinatnan nang camatayan sa pagcacatulog Nang quinabucasang maquita nang ina,i, patay ang anac, ay ualang pagcasiyahan nang calumbayan, dahil sa pagcamatay na biglá, at di pagcacompisal nang caniyang anác. Ipinatauag na madali ang confesor, at ipinahayag ang caniyang agam-agam Ang sagot nang confesor, ay huag ca, aniyang mañganib, at ang anac mo ay di nagcasala cailan man nang daquila; gayon man aniya,i, ipaghahaing co siya sa Dios nang

---

(1) Preparación de la muerte.

Santo Sacrificio nang misa, upan ding macacauas siya sa hirap sa purgatorio cun deo,i, may pinagdurusahan. Lumacad nang madáli sa sacristia ang sacerdote, at gumayac sa pagmimisa. Nang siya,i, pasa sa altar na, ay nacaramdam na sa caniyang licoran ay may humahauac sa casulla,t, ayao siyang palacarin. Nang caniyang lingonin, ang naquita ay isang caquilaquilabot na anino, na anyong tauo na nangusap; huag mo aniya, acong ipagmisa, at aco,i, nagdurusa sa infierno. Sa uicang ito,i, sabihin ang pagcamaang nang sacerdote. ¿Di baga, aniya, ang sabi mo sa aquin nang icao buhay pa,i, di ca nacagaua nang casalanang daquila? Oó, ang sagót nang caloloua, hangang sa cahapong aco,i, tinuruan nang masamá. Capagca gauà co nang casalanan, ay tinambingan aco agád nang parusa

Ito ang dahilan, Feliza, nang pagilag ni Amadeo sa masamang pagiibigan, caya malayong malayo, at ilág na ilág sa manga batang hilig sa calupaan. Di naquiquipagpulong sa manga lansangan at sa pagiinoman.

Sa umaga, bago patungo sa gagauin, ay nagsisimba muna at ang sinusunod yáong hatol nang ating P. J. C. sa Santo Evangelio. Hanapin muna ninyo ang caharian nang Dios, at ang lahat ay maquiquita ninyo (1) Capagcatapos, ay napa tutungo sa caniyang sasahan, pinaquiquialaman. Cun macaquita nang i asusucal nang loob sa manga upahan, ay di maca bitiu nang uicang di matuid, di nanampalasan at di linilimot na ang panginoon at alila, ay iisa rin sa mata nang Dios.

-----

(1) Quæ ite **primum** **regunm**, **Dei** et omnia adjicientur vobis

Cun nagsasaca nang caniyang buquid, cahima,t, ang hayop ay dili matumpac, nang paggaua, at naglilibang-libang, caraca raca,i, hahanap nang lihim na lugar, nagpapasi-pacial, ang mata ay sa lupa,t, hindi nangungusap. ¡Oh Felizal cun maquita cong gayon, ay naalaala co si Isaac, na naquita ni Reveca, na nagpapasial sa cabuquiran at nagdidili-dili.

Cun naquiqui umpoc sa manga binata si Amadeo,i, nacangiti lamang dili mapanulos na maquipaghambogan, di naman pulaan yaong manga baguntauong nangagcacamali, diyan ipinaquiquita ang caniyang carunungan na maquipagcapoua tauo, na pinagaralan sa magulang. Cun may magpahamac na baguntauo, na maguica sa caniya na nagbabanalbanalan, dahilan sa naquiquitang cabaitan, at malimit na pagpasoc sa Simbahan, ay di mabuyong magalit, sumagot man ay banayad, di magdalang poot sa carohaguinan. Ay at tila naquiquita co yaong mabait na baguntauong nangusap: aco,i, isang baguntauo na inaaglahi at dinudouahagui, gayon ma,i, ang manga utos mo, Dios co,i, di co rin linilimot. (1) Paganhing saysayin dito sinasalita co sa iyo,i, matatantó mo ang pagibig sa Dios at cabaitan, ang carunungang maquipagcapoua tauo, mapagtiis nang hirap at carouahaguinan sa mundo na tiuataglay ni Amadeo.

Aquing nasambit sa iyo na sa tanong mo sa aquin, ay natanto co ang laman nang puso mo. Ngayo,i, dinguin mo naman yaring ipahahayag co,

_____

(1) Adolescentulus sum ego et comptemtns; justificat ones tuas non sum oblitus. Psal. 35.

na di man sagot sa tanong mo, ay ucol na ha-
tol sa nabasa cong puso mo Si Isaac ay ma-
bait, mabanayad ang asal; di ipinahintulot ni Sa-
ra, na cániyang ina, na magasáua sa manğa ba-
baye na taga Canaan, na palalo,t malupit, cun di
cay Reveca, na tubo sa caniyang angcan na maru
nong matacot, mamintuho,t, cumilala sa Díos.
Itong guinauá ni Sara, sa caniyang anac na lála
qui na sinalita co sa iyo,t, nang pagcunan mong
uliran, yayamang naquiquitaan mo si Amadeo
nang cabaita,t, cabanalan. Ingatan ca naua nang
Dios, Feliza, at naghihintay namang pagutusan
itong iyong—CAIBIGAN.

Sa ganitong balita, Urbana, nang isa cong cai-
bigang tapat na loob; sa manğa pahayag ni ama
ni ina at iba pang camaganac natin, ay sinaysay
co cay ina, na pumapayag na aco, na si Ama-
deo,i, maguing esposo co. Di co na sabihin sa
iyo ang manğa nangyaring ualang cabuluhan, ba
go cami nacasal. Sa arao na ito dumulog cami
sa altar, tinangap namin ang Santo Sacramento
nang matrimonio, aco,i, nanğaco sa harap nang Dios
at ng sacerdote, gayon din naman si Amadeo na
aco,i, maguing esposa niya, at siya,i, maguing esposo
co. Adios, Urbana, at hinihintay co na icao,i,
sumulat sa aquin. - FELIZA.

CAHATOLAN SA MAY MANGA ASAUA

Isang Sacerdote cay Feliza,t, cay Amadeo. —MANILA

FELIZA AT AMADEO: Ibinabalita sa aqu
ni,᾿ Urbana na tinangap ninyo ang Santo Saci
mento nang matrimonio, at tuloy hinihiñgi na
yo,i, sulatang co, at ipaaninao ang mañga santoi
cahatoláng ucol sa bagong estado, na inyong
nangap. Pacatandaan, na ang sacramentong ito
daquila, alinsunod cay Jesucristo, at sa Santa I
lesia, alinsunod cay Jesucristo sapagca,t, calaraua
nang caniyang pagca Dios at pagca tauo, i
nagcacaisa sa isang persona: gayon din daquila
alinsunod sa Santa Iglesia, sapagca,t, calaraua
nang pagcacaisa nang lahat nang mañga cristiano
na isá ang ulong quiniquilala na si Jesucristo
Mahal ang pinagmulan, sapagca,t, lalaug nan
Dios, at ang dalauang tauo ay naguiguing isa, an
loob ay isa, at palibhasa,i, sing isang catauar
(1) Sasalitin cong saglit sa inyo ang paglalalan
nang Dios, nang Santo Sacramento nang matr
monio.

Naguisnan ni Adan sa Paraiso ay maramin
hayóp na ang lahat may mañga caparis. Buco
lamang siya, na namumugtong na ualang casama,
catulong sa lugar na iyon na caayaaya. (2) C
ya pinatulog nang Dios si Adan, at nang macatulog

---

(1) Et erunt duo in carne. Gen. 224.
(2) Ade viro non invenievatur ad adjutor similis ejus.
Gen. 2. 20.

CAHATOLAN SA MAY MAÑGA ASAUA

Isang Sacerdote cay Feliza,t, cay Amadeo.—MANILA...

FELIZA AT AMADEO: Ibinabalita sa aquin ni Urbana na tinangap ninyo ang Santo Sacramento nang matrimonio, at tuloy hinihiñgi na ca yo,i, sulatang co, at ipaaninao ang mañga santong cahatolang ucol sa bagong estado, na inyong tinangap. Pacatandaan, na ang sacramentong ito,i, daquila, alinsunod cay Jesucristo, at sa Santa Iglesia, alinsunod cay Jesucristo sapagca,t, calarauan nang caniyang pagca Dios at pagca tauo, na nagcacaisa sa isang persona: gayon din daquila, alinsunod sa Santa Iglesia, sapagca,t, calarauan nang pagcacaisa nang lahat nang mañga cristianos na isá ang ulong quiniquilala na si Jesucristo. Mahal ang pinagmulan, sapagca,t, lalaug nang Dios, at ang dalauang tauo ay naguiguing isa, ang loob ay isa, at palibhasa,i, sing isang catauan. (1) Sasalitin cong saglit sa inyo ang paglalalang nang Dios, nang Santo Sacramento nang matrimonio.

Naguisnan ni Adan sa Paraiso ay maraming hayóp na ang lahat may mañga caparis. Bucod lamang siya, na namumugtong na ualang casama,t, catulong sa lugar na iyon na caayaaya. (2) Ca ya pinatulog nang Dios si Adan, at nang macatulog,

---

(1) Et erunt duo in carne. Gen. 224.
(2) Ade viro non invenievatur ad adjutor similis ejus. Gen. 2. 20.

rusahan nang catacot tacot; at palibhara,i, inaaring
casama samaan. Sa manğa Finedos, ay may ugali
na pinupugutan nang ulo gayon din ang manğa
Arabes. Naug manğa unang panahon, ay sinusu-
nog nang manğa Sidonios, at nang panahon ni
Moises ay ipinagutos nang Dios na batohin nang
bayan hangang sa mamátay. (1) Sa Egipto,i,
nang naghahari si Sostris, ipinasusunog na buhay
ano pa nğa,t, ang galit nang manğa di binyagan
sa casalanang ito ay ualang pagcasiyahan na ina-
aring di na dapat mabuhay sa mundo ang mag-
lilo sa asaua, na ipinapapatay sampo nang casama
sa pagcacasala Sa manğa Romanos, ay destierro ang
parusa. (2) Ipinagutos naman nang haring Cons-
tantino na pugutan ang lalaqui at ang babaye ay
paloin at culunğin sa monasterio (3) Gayon din
ang utos nang haring Alfonso Sábio. (4) Sa ma-
nğa huling panahon ay binago ang parusa, pina-
pagisa ang babaye,t, sa lalaqui na capoua ipinag-
utos na patain. (5) Ang parusa naman nang
Santa Iglesia sa naglilo sa asaua ay excomunion (6)

Ang excomunion ay isang parusa nang Santa
Iglesia sa masamang cristiano, na pinagcacaitán
nang dilang cagalinğan na sa caniya,i, napapa-
quinabang; ipinagcacait ang pagaua at pagtanggáp
nang manğa Santos Sacramentos; ang Santo Sacri-
ficio nang misa, ang paquiquipagusap sa capoua

---

(1) In lege autem **Moyses** maudovid nob.s hujusmodi lapidare
Joan 8. **v. 5**·
(2) **L. 5. 5. ff. de quaest**·
(3) **Justin**i ni Auth. **sed** hodie C. ad. leg. Jul. de adultèr.
(4) L.15 t. 17. *p.* 7.
(5) L. 1. t. 7. lib. 4. For Log. L. 1. t. 20. 1. 8 **R. C.** et. ibid.
(6) C. 6. h. t.

cristiano, ang oficio ó catungculan na caniyang ipi-
nagcacaloob, at cun ang excomulgado ay mamatáy
na di naquitaan nang pagsisisi, ay di ipinalulibing
sa lupang sagrado, at ang babayeng lilo, cun ayao
nang tangapin nang lalaqui, ay ipinacuculóng sa
isang Monasterio, at nang doon magsisi sa casala-
nan. At cun sa manğa panahong ito, ang marami
sa manğa parusang iyon ay di nasusúnód, ay ipi-
nababaya na sa Dios ang pagpaparusa. (1) Lalong
catacot-tacot cun ang Dios ang magparusa; sapag-
ca,t, cun patauarin dito, ay itatalagá doon sa isang
buhay, at dili bihira na dito at doon ay pinaru-
rusahan. Ang palaguing pagaauayau, paghihirap
nang pagcabuhay, na saan man ilagay ang camay,
ay di magdaang pala, at tila aug hampás nang
Dios ang siyang namamalas Cun minsan ang li-
long lalaqui, ay nagagantihan na pinaglililuhan
nang asaua, at cun di man magca gayo,i, ang
manğa anac ang magbabayad, at natutupád ang
hatol nang ating Panğinoong Jesucristo: cun ano
ang isinucat mo sa iba ay siyang isusucat sa iyo. (2)

Feliza at Amadeo, tanto co ang inyong cabaitan,
ang tacot sa Dios, at ang pagiibigan, na di pahi-
hinuhod sa paglililo; gayon man, ay minatapát
cong italá sa sulat, ang cabigatán nang casalanang
ito, nang may pagcaaninauan ang macababasa.
Nğayo,i, isusuuod co ang inyong catungculang mag
pilit na cayo,i, magcasundô.

Icao man, Amadeo, ay ulo ni Feliza, (3) ay
magpaparayâ ca, at houag mong iguiguiit na

---

(1) Adulteros judicabit Deus.
(2) In qua mensura matieritis, ita remetietur vobis.
(3) Vir est caput mulieris.

palagui ang iyong capangyarihan, pacundangan sa cayo,i, ualang pagauayan. Alalabanin mo yaong pañguñgusap nang sacerdote naug tangapin mo ang Santo Sacramento nang matrimonio casama at di alipin ang ibibigay co sa iyo. (1)

Icao naman Feliza, ay magpilit na houag magbigay galit sa iyong esposo, at palibhasa,i, icáo ay nasusucuban nang caniyang capangyarihan.

Icao Amadeo, ay houag macalilimot, na catungculan mo ang maghanap buhay, palibhasa,i, ulo ca, na may cautañgang magpacain sa esposa at sa maguiguing anac.

Icao naman Feliza, ay may catungculang magimpoc nang maquiquita ni Amadeo, at magalaga sa pamamahay: ilagan ang pagmamariquit nang labis, at nang di ninyo ipaghirap.

Icao, Amodeo, ay houag macalilimot sa gaui mong catahimican, nang di pagcaraanan nang pagcalimot sa Dios, at di naman pagcadahilanán na paghinalaang ca ni Feliza, na siya,i, pinaglililohan mo.

Icao naman Feliza, ay houag manaog nang ualang pahintulot ni Amadeo, nang di icao naman ang paghinalaan. Cayo naua,i, matulad sa jardin ó halamanang may susi, na ualang macapañgahás pumasoc cun di ang may ari; sa batis na naquiquintalán nang calinauan (2) at binubucalán nang malinao na tubig.

Sa inyong pagsasama, ay houag ihiualáy ang calinisan. Ang Arao at Buan, ay nagpapapaliguid-

(1) Compañera os daremos y no sierva.
(2) Hortus conc usus, fons signatus.

liguid sa mundo, palaguing nalacad ay di nasinsay
sa daang iguinuhit sa canilá nang Dios. Ang
mañga 'alon sa dagat, ay sacdal nang bagsic, ang
inuogong ugong ay parang nagñgañgalit, ñguni pag-
dating sa guilid ay nañgañgayupapa, at di luma-
lampas sa pasigang iguinuhit sa canila nang Dios.
(1) Gayon din ang magasaua, may guhit na dapat
tuntunin, hindi lalampasan, at nang di masirà
ang calinisan.

Alalahanin ninyong magasaua na ang Dios ay
Santo, si Jesucristo ay Santo, ang matrimonio ay
Santo, caya dapat ninyong pagpilitan na ang pag-
sasama ninyo,t, boong caasalan ay maturang Santo.

Alalahanin ang catungculan ninyong magibigan,
at magmahalan. Ibiguin mo, Amadeo si Feliza, at
alalahanin mo yaong salita sa Genesis, na ang
babaye hinañgo sa tadyang nang lalaqui na tapát sa
puso, at nang pagcaquilanlán na liban na lamang
sa Dios ay ualang iibiguin ang esposo na para nang
esposa, at gayon din naman ang esposa sa esposo. (2).

Alalahanin mo, Amadeo, na iniuan mo ang ama
mot, ina, at sumama ca cay Feliza, at cayo,i, nagca
isang catauan, [3] caya sa inyo,i, ualang magpapa-
hiualáy cun di ang camatayan; sapagca,t, ang ma-
trimonio, ay isang taling caloob nang Lañgit na
di nacacalag nang tauo. (4) Caya dapat cayong
magsunuran sa lahat nang bagay na di nalalaban
sa utos nang Dios (5)

---

(1) Terminum posuisti quem non trasgredientur, neque convertentur
operire terram.
(2) A nadie después de Dios ha de amar mas ni estimar mas la
muger que á su marido ni el marido mas qui a su muger Rit
(3) Reliquet homo patrem suum et matrem, et adherebit uxori suæ:
et exeunt duo in carne una. Gen. 2. 24.
(4) Quos Deus conjunxit, homo non separet.
(5) Y asi proconren agradar en todas las cosas, que no contradicen
á la piedad cristiana. Rit.

Malasin mo, Feliza, ang caugalian ni Amadeo, at sundin ang caniyang calooban, houag lamang sa di catouiran.

Pagaralan mo naman, Amadeo, na si Feliza ay maca sundô mo; at cahit catungculan nang babaye ang sumunód sa lalaqui, ay houag mong piliting masunód na lahat ang caibigán mo, sa pagca,t, magpacabait-bait man ang lalaqui, ay nacacapagpita sa babaye nang di macayanang sundin. Cun maminsan minsan ay di macasunód sa cahiniǵan mo, ay houag tampalasanin, houag panǵusapan nang di catouiran, at nang di maquisama sa iyo, na parang natutuntóng sa dulo nang sibat.

Cun si Amadeo, Feliza, ay patutunǵo sa Simbahan, ó pasasa buquid caya,t, magsasaca, ay ihanda mo ang caniyang babaonin, nang macaquita nang loob sa iyo, at palibhasa nama,i, catungculau mo. Cun siya,i, matapos na gumaua, alamin mo ang oras nang pagoui, ihandá ang pagcain nang may pagcaguinhauahan sa pagod at hirap.

Cun nagdaan sa init nang arao ó nagdaramdám caya nang gutom, hindi malayo na maginit ang ulo, paquiramdaman mo, salubunǵin nang tua at pagibig, nang may pagcalamigán ang loob. Cun maquitaan mo nang gálit, ay houag salansanǵin, at nang di pagtalunan. Cun may pangalinǵan na malayong lugar, ay bago mo tanonǵin nang ibang bagay, ang itanong mo muna, ay cun nagdaramdám nang cagutuman.

Cun may darating na malaquing fiesta ó Domingo caya, agapan mong alamin, cun may magagamit na damit ucol sa manǵa arao na iyon; at sacali ualá, ay ihandá. Gayon din, cun may punit, agapang buoin, houag hintin ang arao at oras nang pag gamit, at bacá ca magahól, mapililan cang gumaua sa fiestang daquila, di ca macapañgilin, at ipagcasala mo sa Dios dahil sa di pag gaua sa capanahonan.

Cun si Feliza, Amadeo, ay di macasunód sa iyo sa lahat nang bagay at may macaligtaan, ay magparaya ca, ipahayag mo nang sabing banayad, houag gahasain, sapagca,t, ang isang babaye, ay uliran man nang cabaitan ay may pagcacaculangan din sa caniyang catungculan sa lalaqui, at palibhasa,i, ang babaye ay para rin nang lalaquing anac nang nagcamaling babaye.

Cun si Amadeo, Feliza, ay maquitaan mo nang galit, macabitao siya nang masaquit na sabi, ay pagaralan mong tiisin, nang cun maquitaan ca nang magandang halimbaua, ay magaral namang magtiis sa iyo. Marami ang babayeng matabil, di marunong mag tiis: ang isang sabi nang asaua, ay sasagotin nang sampo. ¿Ano ang quinasasapitan cun minsan nang mañga ganitong babaye? Ang lalaqui pag nagalit, ay hahauac nang pamalo, at ang sampuong sagót nang babaye, ay gagantihin naman nang sampuong palo nang lalaqui. At dito na nagmumulà ang masamang pagsasama, na ang cahalimbaua ay infierno nang pagaauay at pagtutuñgayauan, Icao, Feliza, na minamahal cong ca. patid cay Jesucristo, caiiñgat na cayo,i, magca gayon.

Cun ang isang babaye, ay tumamà nang mapusóc na loob at tampalasang lalaqui, ay ualang mabuting gamot, cun di ang pagaralang tiisin, pagpaquitaan nang loob, dagdagán ang pagtauag sa Dios at cay Guinoong Santa María, at palibhasa,i, siya ang nag-iiñgat nang ating puso.

Gayon ang gaua ni Santa Mónica cay Patricio na caniyang asaua, ni Santa Marta cay Mario, ni Santa Gregoria cay Vitalino, ni Santa Rita de Cacia cay Fernando, na sa canilang mañga panalañgin, ay ipinagcaloob nang Dios na nagbago nang loob ang canilang mañga asaua. Nauucol na basahin ang buhay ni Santa Rita de Caciá, nang may pagcunang ulirán ang may asauang babaye.

Cahiman Felisa,i, malayong malayo sa cabaitan ni Amadeo ang manampalasan sa iyo, ay sinaysay co rin ang mañga bagay na ito, nang may pagcaaninauan ang iba. Sasalitin co pa sa iyo ang asal na cauili uili nang isang babaye, na naguing comare co nang aco,i, bata pa.

Ang asaua nang babayeng ito ay tamád sa paghahanap buhay, mauilihin sa sugál at mañgiñginom Cun macaquita nang caunting pilac, dadalhin sa sugalan, capag natalo na,i, iinóm nang alac, ooui sa bahay, at pagcaquita sa asaua ay cagagalitan, at tatampalasanin, Sa guinayon gayon; sa pagdadalamhati touina nang babaye, at sa casalatán nang pagcain na sumasala sa oras, ay dinatnáu nang saquit. Ang babayeng ito na cabit casama co sa bahay, at nacacausap co touina minsan man ay hindi co naquitang dumaing sa magulang, sa aquin at sa cañgino. pa man. Sa maquita cong nañgyayayat at cabit sinasayahan ang muc ha, ay nahahalata rin ang dinaramdam na dalamhati ay di co natiis at tíuanong cong minsan: *Cumare tila may dinaramdám cang saquit at cadalamhatian Cumpare ang sagot sa aquin, cun maminsan minsan, at aco,i máy dinaramdám na pighati sa loob, ay ualá aeong pang gamót, cun di ang calungin co ang anac co, at ulit ulitin cong hagcán.*

Ang sagót na íto,i, di na dinugtuñgang catagá man: aco nama,i, nagtindig na sa salitaan, nahambal aco, at ang aquing luha,i, nañgiñgilid sa mata ¡Oh! babaye na sucat pagcunang ulirán nang may mañga asaua! Cayong magasaua, Feliza at Amadeo, ay catatauag sa Dios na i-adya sa pagaauay.

Feliza, si Amadeo cun sacali,t, macalilimot sa Dios (hoag din nauang itulot nang Lañgit), ay aralan mo nang banayad, cun napopoot ay houag salansañgin, hihintin mo ang oras na natatahimic, malamig ang loob, saca mo pahayagan nang malambót na sabi, at amo amoin na houag mauili sa casalanan, tumauag cay Guinoóng Santa Maria sa toui touina, na ihiñgi niya sa caniyang mahal na Anac nang graciang icapagsisi sa casalanan. Diñgun mo ang casunód na

SALITA

Sinasabi nang beato Juau Exolto (1) na may isang lalaqui na may asaua na nabuhay sa casalanan, pinañgañgaralan siyang palagui nang caniyang esposa, palibhasa,i, may loob sa Dios; ñguni hindi maquinyig. Sa ualang magaua ay ipinamanhic nang babaye, na yayamang (aniya) na di ca mag bago nang loob, ay magdasál ca man lamang nang isang Aba Guinong Mária sa touing mag daraan ca sa haráp nang larauan nitong mahal na Ina. Sinunód nang lalaqui ang hatol nang babaye. Isang gabing gumagala, at ang nasa,i, ang masunód ang masamang caibigan

_____

(1) Jn promt

rang catauan, ay naca tiñgalá nang isang ilao
na nag liliuanag sa haráp nang isang larauan ni
Guinoong Santa Maria, na may calong na Niño
Jesús. Capagca quita,i, nag dasal nang Aba Gui-
noong María, palibhasa,i, pinag caugalian na. Sa
pagdarasál niya, di caguinsa-guinsa,i, naquita ang
Niño, na punó nang sugat at tumutulo ang dugo.
Sa naquitang ito,i, ¿ano caya ang mangyayari sa
caaua-auang macasalanan? Pinasucan nang mala-
quing tacot, at nang mapag dili dili na ang mañga
casalanan niya ang sumugat sa canyang Pañgi-
noon ay nahambál ang puso, tumulo ang luha sa
mata, lalo na nang maquita na siya,i, tinalicurán
nang Niño. Sa ualá siyang matutuhang gauin ay
nagdasál cay Guinoong Santa María at uinica:
Oh ina nang aua itinatapon aco nang mahal mong
Anac: ay ¿sino pa ang pagsasacdalán cong pinta-
casing mahabaguin at macapangyarihan naman, cun
di icao lamang na caniyang. Ina Icao,i, aquing
Reina tuluñgan mo aco, at ipanalañgin mo sa
caniya. Sinagót ni María ang tauag na ito, at
uinica: Ina nang aua ang tauag ninyo sa aquin
mañga salaring tauo, ñguni palagui na ninyo
acong guinagauang Ina nang hirap; sa pagca,t,
sinasariua ninyo ang saquit nang aquing Anac; at
aco,i, binibiguiang dusa. Ñguni sapagca hindi
marunong humabág itong maauaing Vírgen sa
mag sasacdál sa caniya, at nañgáñgayupapa sa
caniyang harapan, ay humarap sa Anac, at inahi-
ñging tauad ang natauag na macasalan. Gayon
ma,i, naganyó ring ayao mag patauad ang ating
Pañginoon. Sa mag cagayon na,i, binitiuan ang
caniyang Jesús, nag patirá pa sa mahal na harapan
at uinica: Anac co, di aco titindig sa iyong paanan,

hangang di mo pinatatauad ang macasalanang ito.
Ina, ang sagot ni Jesús, di aco maca tatangui sa
anomang cahiñgian mo. ¿Ibig mo bagá ang siya,i,
patauarin co? Yayamang ibig mo,i, pacundañgan
sa aquing pag ibig sa iyo ay pinatatauad
co naman. Siya ay palapitin mo sa aquin, at
hagcan ang aquing mañga sugat. Tumañgis at
lumuluhang lumapit naman itong macasalanang
tauo, hinagcang pinag isa-isa ang mañga sugat
nang Niño, at hangang hinahagcan, ay gumagaling
na lahat. Nang matapos nang mahagcan, ay ni-
yacap naman siya ni Jesús, nang maguing tandá
nang capatauaran. Dito na minulan ang pag ba-
bagong loob nitong naglilo sa asaua, at hangang
sa matapos ang caniyang buhay, naninta,t, nag-
lingcod cay Guinoong Santa María, na caniyang
pinag cautañgan nang gayong daquilang aua.

Sa salitang ito, Feliza, hañgoin mo ang caha-
tolang ucol sa iyo,t, cay Amadeo. Iñgatang cayo
nang Dios.—ISANG SACERDOTE.

MAÑGA CAHATOLAN

SA NAÑGAG DADALANG TAUO.

Isang Sacerdote cay Feliza at cay Amadeo.—MANILA...

FELIZA: Cun ang inyong pag sasama ni Ama-
deo, ay bigyan nang Dios nang buñga, ay caiiña-
tan mo,t, nang huag masira. Ang babayeng nag
dadalang tauo ay maramdamin ang catauan, caya
dapat itiguil ang pag aayunar, at baca ipag ca-

ramdam, at bucod sa rito naman ay di ang sa-
riling catauan, cun di sampu nang sangol na dalá
sa tiyan, ay nag cacailangan nang pagcain. Mag-
pilit, ca namang mag hauac nang loob, umilag sa
malaquing cagalitan, at baca mo icapahamac.

Pag saquitan mo naman, Amadeo na houag
maca pag bigay dalamhati cay Feliza: icao at siya,i,
catatauag sa Dios at cay Guinoong Santa María,
na ingatan ang buhay nang inyong anac, at nang
magcamit nang Santo Bautismo. Arao arao ay
tnmauag cayo sa Angel na catutubo, hingin ninyo
na cayo,i, hulugan nang magandang tica, iilag sa
panganib na icamamatay nauğ inyong anac: sa-
pagca,t, malaquing totoo ang nasa nang demonio
na houag maguing cristiano, at nang di maguing
campon nang Dios.

Limitan mo, Feliza, ang pagcocompisal at pa-
quiquinabang ihingi nang aua ang sarili mong ca-
loloua, at ang maguiguing anac mo, lalong lalo na
sa icasiyam na buan, sapagca,t, catungculan nang
babayeng nag dadalang tauo ang mag compisal
sa panahóng ito, at palibbasa,i, malaqui ang pa-
nganib nang nanganganac, lalong lalo na cun na-
nganganay.

Cun mag daan cang maloualhati ay mag pasa-
lamat ca sa Dios.

Cun ang inyong anac, Amadeo at Feliza, ay
maguing cristiano na, ulitin ang pag papasalamat
sa Dios, ihain sa pag lilingcód at pamimintuho
sa caniyang camahalan.

Sa arao, Feliza, nan iyong pag sisimba, ihain
mo ang anac mo sa Dios at cay Guinoong Santa
María, hingin mong cupcupin na ariing anac, at
sambitin mong ulit-ulitin itong panalanging hatol

ni Padre Claret: Jesús y María, houag mong ipahintu'ot na aco,i, maguing ina nang manga hunghang: cun ang aquing anac ay mapapasamà, ay bauian mo na nang buhay, hangang siya,i, Angelito na ualang casalanan. (1)

Amadeo,t, Feliza, ang inyong anac ay anac nang Dios sa gracia, caya dapat paca alagaan.

Cun ang isang hari sa lupa ay mag catiuala sa inyo, na paalagaan ang isa niyang anac, ang iyong pagcacalinga capala pa,i, ualang pag-casiahán.

Ang inyong anac, na anac nang Dios at ni Guinoóng Santa María na pina-aalagaan sa inyo, cun di cayo maca tupád nang catungculang ito ay magagayác ang parusa, at cun maca tupád naman ay magandang ganti.

Cun magca loob na, ay lalong daquila ang catungculan ninyo sa inyong anac: ang pag tuturo nang manga catotohanang icaquiquilala at ipaglilingcód sa Dios, ang pagbíbigay nang magandang halimbaua, ang pag iingat na siya,i, magcasala, ang pag lalagay sa estado. Ang lahat nang ito ay natatalá sa manga sulat ni Urbana, sa Pláticas Doctrinalas, at sa manga sulat co naman.

Gayon man sa casunód na sulat, sasaysayin co ang manga cahatolán na dapat alinsunurin nang magulang cun lumaqui na ang canilang anac. Pagcallocban nauá cayong mag asaua nang Dios nang magandang capalaran. Adios, Feliza at Amadeo.—Isang Sacerdote.

———

(1) Claret en sus avisos muy útiles para las casadas.

CAHATULAN SA MANĞA MAGULANG

AYON SA PÀG LALAGAY SA ESTADO SA CANILANG
MANĞA ANAC.

Isang Sacerdote cay Amadeo,t, cay Feliza.—MANILA...

AMADEO AT FELIZA: Ang catungculan nang
magulang sa pag cacalinğa sa anac, cun di ma-
matamisin sa loob at patutulong sa Dios, ay ma-
hirap tupdin, at pag di natutuhan ay palaguing
¡ay! ang mabibitiuan nang ama at nang ina. La-
quing hirap nang ina, na siyam na buang pagda-
dalang tauo, sa boong panahón nang pag papa-
suso, at gayon din naman ang ama, sa pagquita
nang ipacacain sa asaua,t' anac; at lalong mahi-
rap sa pagtuturo sa anac nang manga catoto-
hanang icaquiquilala sa Dios, sa pag lalagay sa
estado. Gayon man, cun ang magulang ay qui-
nacasihan nang gracia nang Dios, mabigat man
ang catungculan ay macacayanang pasanin. Caya
catatauag sa Dios cayong mag asaua.

Tinangap ninyo ang Santo estado nang matri-
monio, cruz ni Jesucaito na inyong ipinangacong
pasanin, ang daquilang catungculang calaugcap,
ay di carampatang ariing mabigat. Ang estadong
iyan ay isang daang lalacaran ninyo sa pag tu-
nğo sa langit ay di carampatang sinsayan, at pag
sininsayan ay di cayo macararating sa linalacbay
na caloualhatian. Ang baua,t, isang hirap na in-
yong pagdadaanan, ay houag ariing hirap cun di
hiyas na niyayari ninyo at ipinamumuti sa corona
ni Jesucristo, bulaclac na doon sa langit ay inyong
daretnán ay siyang ipuputong sa inyo.

Isa sa inyong mañga catungculan ang pag sa-
saquit, na ang inyung anac ay malagay sa estado
pagdating nang capanahonan.

Cun ang inyong anac ay maca quilala na nang
mañga catungculan nang pagca cristiano at nang
paquiquipag capoua tauo; ang dapat isipin naman
ay ang pag lalagay sa estado.

Maraming magulang ang naquiquita na ualang
mapait sa canilang loob, na para nang mag asaua
ang canilang mañga anac na dalaga, na hangang
sa tumanda ó canilang camatayan ay ayao papag
aasauahin. Hindi pinag iisip nitong ualang bait
na magulang na ipag susulit nila sa Dios, ang di
nila pagtupad nang catungculang ito. ¿Sino caya
baga ang magsusulit sa Dios nang casalanang na
gagaua nang mañga anac nilang dalaga? ¿Ilang
cayang pag iisip na laban sa calinisan, ilang
maruming pag iibigan, ilang masamang gaua
ang nagagaua nang mañga anac nilang dala-
ga, na ualá silang malay-malay ay ipagsusulit
nila sa Dios ai sila ang parurusahan? [1] ¿Ano
ang masasapit nang ganitong mañga dalaga? Sa
caramiban nang nangangasaua, sa calaunan nang
panahon ang guinayon-gayon, na papahamac ang
puri, naguiguing casiraan nang camaganacan, escán-
dalo nang bayan, at ang lalong casáquit-sáquit ay
ang pagca pahamac nang caloloua nitong caaua
auang mañga dalaga, at ang maraming tauo na
n g casala sa masamang halimbauang naquita sa
canila. ¿Sino caya baga ang sisisihin nang Dios
sa mañga bagay na ito cun di ang masamang
magulang?

_____

(1) Ad negligentian patris refertu: disoluofi orum.

Marami rin naman ang naquiquita na bagun tauong nag si sitanda, nag calat sa lansangan, catulad ay cuagong sa gabi ang gala,t, ang huni ay calumbay-lumbay. Calumbay-lumbay anaquin, sapagca,t, ang pag aauit sa daan, ay ang manga bucang biblg nang manga binatang ito, aug caramiha,i, hinguil sa calupaan at pang patay sa caloloua. ¿Sino ang may casalanan na sisisihin nang Dios sa gayong asal na calupit lupit? Sino cun di ang masamang magulang na nag papabaya na di pinagsisicapang ilagay sa estado ang canilang manga anac pag dating nang capanahonan.

Ayon sa catungculang ito nang magulan, ay dalauang bagay ang dapat tantoin: ang una,i, ang anac dapat pumili nang estado o calagayan, na inaacala niyang mapapasan, at ang icalaua,i, ang magulang ay dapat mamahala. Daquilang bagay ito, na cun pagcamalian, ay dalauang capahamacau hangang sa camatayan ang uica ni Padre Arbiol.

Sa manga anac ay may itiustalaga ang Dios sa matrimonio, mayroong sacerdocio, at mayroon naman sa pagca dalaga hangang sa camatayan. Cun ang isang anac ay lumagay sa estado na di talagá sa caniya nang Dios, ay marahil di niya natupad ang catungculang calangcap, at pag di matupad ay sapilitang icasasamá. Caya ang carampatan ay malasin nang magulang ang cahinguilan nang anac, at sacá ilagay sa estado na caniyang quinahihinguilan. Nguni hindi carampatan na ipag dumali, catatauag muna sa Dios ang magulang, at nang maquilala cun alin ang estadong ibibigay sa anac, at nang houag mag camali. Titingnan anaquin, ang cahinguilan nang anac, at ang tularan ay ang magugulang

na taga Atenas, na nag mamasid muna sa cau-
galian nang anac at ibinabagay sa ugali nang
anac ang estadong ibinibigay. Caya sa cahariang
ito naquita ang manga tauong balita sa carunu-
ngan, at ang manga guerrerong bantóg sa cata-
pangan, na pinag tac-han nang boong mundó.

Cun ang matá nang anac na dalaga ay ma-
hinhing para nang sa calapati, malayo ang loob,
ilág ang catauan sa dilang panganib na icasisira
nang calinisan, hindi maibiguing tumanyag sa
tauo, at di nahihinguil sa pag aasaua, ay di ca-
tampatang pilitin nang magulang. Pabayaang mag
ingat nang pagca Vírgen, at nang magcaroon
cayo sa bahay nang maputi,t, mabangong lirio na
quinalulugdan nang esposo. Dinguin ang pag
pupuri nang manga Santos Padres sa virginidad.
[1] Bulaclác nang Santa Iglesia ang tauag ni San
Cipriano, hiyas at pamuti nang gracia, larauan
nang Dios na pinag nininguingan nang caniyang
casantosan.

Ang uica ni San Ambrosio, ang cabooan ay
napailandang sa himpapauid, naquiat sa ala-
paap, nag sumagui sa manga bitoin, naquiquiit
sa manga Angeles, nag tuloy sa candungan
nang Ama, hinango ang Verbo nang Dios, ipi-
nanaog sa lupa,t, pinapag catauan tauo. Dito
matantó nang manga magulang ang cataasa,t, cama-
halan nang hiyas na pamuti nang anac nilang
dalaga; Virgen ang Ina nang Dios. Vírgen ang
santo Precursor, Virgen ang dibdib nang discipulo

---

(1) Cobooa,t, calinisan nang cotauan ang cahulugan nang
uicang virginidad.

at apostol na minamahal sa lahat nang apóstoles, quinalugdan hiniligan at pinahayagan nang matataas na misterios, at Virgen din naman ang apóstol na iniaquiat sa icatlong langit, at nacaunig nang matataas na lihim, na di nararapat ipahayag sa tauo, *Et audivit arcana verba quoe non licet homini loqui* 2. Cor. 12 4.

Caya cun ang dalaga,i, na sasa mundó ma,i, parang na aangat, at ang caniyang puso,i, itinalaga cay Jesucristo, ay di dapat pilitin nang magulang sa pag tangáp nang matrimonio, at nang di nila agauan ang hari nang manga vírgenes nang isang esposá niyang virgen. Isang virgen, na sa isang daa,t, apat na puo,t, na libong virgines, casunod-sunod nġ Cordero (1) ay mapapaquibilang at mag cacapalad mag siualat sa harap nang trono nang bagong auit na ualang macasasambit, cun di sila lamang na humaharáp sa Dios, na di nadungisan sa mundó (2)

Cun ang isasagòt sa aquin nang manga magulang totoo,t, caaya-aya, na ang isang dalaga,i, mag ingat nang caniyang pagca virgen, nġuni,t, cun di rin lamang liligpit sa isang beaterio ò monasterio, ay malaqui ang panġanib na mapahamac, cun mabubuhay rin lamang sa guitna nang mundó. Sa sagot na ito,i, ang itutulot co,i, cun sila,i, itinatalagá nang Dios sa estadong iyan, ay matututo silang umilag sa panġanib na icapapahamac, tuturoan nang paraang icapag iinġat nang calinisan, at cun

---

(1) Hi sequuntur. Agnum quocumque ierit. Apoc, 143.

(2) Et coutabont quasi couticum novam ante sedem et nemo poterot diceric couticum nisi il'a centum quadragiuta quatuor mill.

Urbano Papa. Nang maguing binyagan na,t, mag
sauli cay Santa Cecilia, ay naquitang nananalangin
na casama,i, isang Angel, nag niningning at nag
liliuanag, sabihin ang tacot ni Valeriano nang
maquita ang Angel, na tapon ang násang sisirain
ang pagca vírgen ni Santa Cecilia. Tinauag si
Tiburcio na caniyang capatid, (si San Urbano
rin ang nagbinyág cay Tiburcio) at pinapanood
sa cauili-uiling Angel. At haugang silang tatlo ay
pumanao sa mundó at nañgaguing mártir ay di
rin nasirá ang pagca vírgen ni Santa Cecilia.

Dito maquiquita nang mañga magulang ang ta-
nġing pag tatangquilic nang Dios sa mañga vír-
genes, na cahit ano mang masapit ay caniyang
ipag tatangcal, cun sa caniya tumatauag at nana-
nalig. Caya cun ang anac nilang dalaga ay na-
quiquitang may bait, maibiguin sa calinisan,
mababang loob, may tacot sa Dios, at ang
caniyang pagca vírgen ay ina-alagaan na pa-
rang lirio na binacod nang tinic, [1] nang
pag papasáquit sa catauan, nang pananalangin
nang palaguing pagligpit sa silid at pag ilag sa
pañganib, ay di dapat pilitin sa pag aasaua. Ang
carampatang gauin ay ang perla santa, ang ma-
riquit na margarita, ang ualang casinghalagáng
hiyas nang anac na dalaga ay pag pilitang ingá-
tan nang magulang, at palibhasa,i, talaga sa lalong
camahal-mahalan at cariquit diquitang esposo. Din-
guin nang ama at uliniguin nang ina ang uica
nang ating Panġinoong Jesucristo sa Santo Evan-
gelio: ang santong bagay, ay houag ninyong ibi-

_____

(1) Sicut ilium inter spinas.

gay sa aso, at houag ninyong ihain ang inyong perlas sa harapán nang babuy. (1)

Ang cahulugán ay di dapat ibigay sa hamac na tauo ang cayamanang talagá sa Dios.

Nguni cun ang caasalán nang anac na dalaga ay di na uucol sa isang vírgen, cun ang mata,i, di mahinhin na para nang sa calapati, cun di para nang sa lauin na sadyang talas sa pag hanap nang patáy na hayop, cahit mag sabi sa magulang na aayao mag asaua, ay houag pani- ualaan. Si Job ay Santo may tacot sa Dios, malayo ang loob sa pag cacasala, at ang Dios ang nag saysay na ualang caparis sa balát nang lupa; (2) ay ang tauong itong ulirán sa cabana- lan ang nag saysay nanaquipag tipán sa caniyang manga matá, na di itititig sa dalaga dahil sa malaquing tacot na siya,i, mahulog sa calupaan, cun ito,i, Santo na,i, gayon ang pahayag ¿ang babaye pa caya bagang daquila ang carupucán ang maca pag sasabi na di mapapahamac sa palaguing paquiquipag olayao sa lalaqui? Ang carampata,i, sauatain, at ipili nang isang esposong maca aacay sa magaling.

Cun ang anac na dalaga ay ualang tinagong hinhin, malápit ang catauan sa baguntauo, ca- hit ang sabihin sa magulang ay uala sa cani- yang loob ang cahalayan, ay houag pabayaang

_____

(1) Nolite Sanctum dare canibus; neque mitatis margaritas vestras aute porcos.

(2) Numquid cousiderati seruvm meum Job, Quod non sit et in terra similis homo simp ex et reetus ae timens Deum et eecedens á malo . Job. 1. 8.

10

masunód ang masamang cáasaláu. Gayon din
namau, cun mauilibin sa paquiquipag uriraan sa
lalaqui, ang hipoin man sa camay ay di pina-
pansin, ay di dapat calingatán nang magulang.
Ang uica ni San Pablo ay isang cabaitan nang
lalaqui ang di sumaláng sa babaye; (1) ay isa
namang tandâ nang cabaita,t, calinisan nang
isang dalaga ang di pahipo sa lalaqui Ang uica
ni San Basilio cun ang babae ay vírgen, vîr-
gen namau ang pagtingın, vírgen ang caasalan,
vírgen ang labat nang quilos, vírgen ang boong
catauan. (2) At cun di rin lamang maca pag
iingat nang calinisan, ay iquita agad nang caga-
motan sa Santo Sacramento nang matrimonio, sa
pagca,t, ang uica ni San Pablo ay mahangay
mag asaua cun masusunod din lamang naug apóy
nang calupaan. (3) Nguni ang paglalagay sa es-
tado ay dapat daauin sa dahan-daban, at houag
namang papag asauahin sa di nila na iibigau,
sa pagca,t, cun pilitin, cun pagbalaang raruru-
sahan cun hindi pumayag, o di man pilitin at
pag balaan ay pag paquitaan nang masamaug
muc ba, palaguing angil angilan o iringang caya,
sa cahiuaan uang loob nang isang babaye, ma-
rahil ay mapait man sa caniyang loob ay puma-
yag sa magulang, na mag asaua sa di nila ibig.
Nguni, ¿ano ang nasapit nang manga dalagang
nag si si pag asaua sa pilit nang magulang?
Marami ang napapahamac lalo,t, cun may ibang

_____

(1) Bonum est mul erem nou tangere. 1. Cor. 7. v. 1
(2) V rgo sit virginis ouditus, visus, gustus et t·ctus
motusqui omnis.
(3) Melius est nubere quam uri.

na iibigan. Nag papahayag nang óo sa ibig nang
canilang magulang, ñguni ang puso,i, di rin
inaalis sa canilang catipán. Ano pa ang nasasa-
pit cun macasál na? Ang asaua,i, di mahalin
nang loob, di pacundañanan, at palibhasa,i, di
niya ibig. Cun magca gayon na,i, ¿ano ang
quinahihinatnán naug ganitong matrimonio? Ang
lalaqui,i, nag sasaua, palaguing namumuhi, ang
babaye nama.i, gayon din sa munting magca
bihira,i, nag tatalo ang mag asaua at ang qui-
nasasapita,i, ang alin man sa dalaua,i, naca
iisip mag lilo. ¿Sinong may casalanan cun magca
gayon, cun di ang nag camaling magulang? Pa-
catantoin nang ama,t, ina na ang pumilit sa anac
sa pag aaeaua ay casalanang daquila, sapagca,t,
ipinahamac ang canilang caloloua. Ang uica ni
San Pablo,i, ang capangyarihan nang magulang
ay di dapat gamitin sa icapapacasamá nang anac
cun di sa icapapacagaling. (1)

Cun icao, Feliza at Amadeo, ay pagcalooban
nang Dios nang anac na lalaqui, na mag aaral
sa Universidad at cun dumating ang panahón
ay mag nasang tumangáp nang Orden Sacer-
dotal, ay houag cayong cadadali na mag bigay
nang pahintulot, cun di rin lamang maquitaan
nang carunuñgan na itutupád nang caniyang
mañga catungculan, sapagca,t, cun ualang caru-
nuñgan ay di niya icagagaling, cun di icasasama,
at sampong cayo,i, caramay dahil sa capabayaan.
Ñguni cun maganda ang nasa nang loob, ang
siya baga,i, mag lingcód sa Dios, paquinabañgan,

_____

(1) .... 2. Cor. 13.

nang Santa Iglesia na maca pag acay sa caloloua
sa gauang magaling; cun maquitaan ninyo nang
di munti cun di malaquing cabanalan, nalulupit
sa sugal, masipag sa pag aaral, malayo ang loob
sa masamang banta, mapag pasaquit sa catauan,
mauilihin sa panalangin, sa pag gugunam-gunam,
sa pag tangap nang manga Santos Sacramentos;
ay houag sansalain, cun di hicayatin. Nguni ¿sino caya
itong mapalad na Estudiante? (1) Cun di rin la·
mang na gagayac aug loob sa pagtangap nang
orden sagrado, ay panganib na mapacasama. Ho·
uag ipahintulot nang magulang na ang, caranga·
lan, ang cayamanan sa mundo, at caguinhauahan
sa lupa ang maguing dahilan na hicayatin ang cani·
lang anac na tumangap nang orden sagrado. At cun
maquita na ito ang pinag cadahilanan nang pag
nanasang mag pare nang canilang anac, ay houag
pahintulutan. At cun naquiquitang ualang gayac
na cabanalan, cabima,t, mag pilit ay pacasansalain.
   Marami pa,t, madla ang bagay na sucat masay-
say sa inyo, ayon sa catungculan nang magulang
sa anac, nguni,t, di co na saysayin, yamang sa
buhay ni Tobias ay marami cayong maaaninao,
Ingatan cayong mag asaua nang Dios at ni Gui·
noong Santa Maria.— Isang Sacerdote

---

(1) ¿Sed quis est hic et laudabimus cum? S. Alfons de Lig

SANTONG ARAL

NANG ISANG MAGULANG SA MANGA ANAC

BAGO PUMANAO SA MUNDO.

Si Feliza cay Urbana.—PAOMBONG....

URBANA: Igayac mo ang loob mo sa pagtangap nang isang balitang mapait sa loob, at ang pag cunang halimbaua yaong sumo sacerdote na binalitaan ni Samuel na pag dadalhan nang Dios nang maraming hirap; siya ang Pañginoon co,i, gauin ang minamatapat sa caniyang mañga mata. (1) Mumulang co ang salita

Si ama nang á las siete nang umaga, na nangaling sa pag sisimba ay natisod sa lansañgan, narapá ay nabalian sa dibdib. Capagcarapá ay dinampot co,t, aquing quinalong. Di co masabi sa iyo ang dinamdám cong dalamhati nang na sa aquing canduñgan na. Aquing namasdan,na napipiquit ang matá, aug dibdib ay nag tatahip, hinahabol ang hiniñga, cataua,i, naluluñgayñgay at di macáyanan Gayon man ay tinapañgan ang loob, nag pilit cumilos at tinaponan aco nang sabing caalio-alio: *huag cang matacot anac co at ito,i, lilipas din.* Sa salitang ito,i, ang naisagot co,i, isang buntong hiniñga at isang patac na luhang tumama sa noó ni ama Siya namang pag dating ni ina at ni

---

(1) Laetatus cum in hia que dicta sunt mihi, in donum Domini ibimus. Ps. 121 v. 1.

Honesto, pinag tuluñgan namin binuhat at iniouí
sa bahay. Dito co na nahalata na tayo,i, mañgu-
ñgulila, na hindi nalaon naug pagca higá sa banig
at naparaing na masaquit ang ulo, ñag sisiquip
ang dibbib, inaapóy nang lagnat at nang hipoin
co ang camauo ay naramdaman co na gulong-guló
ang pulsó. Nang á las seis nang hapon cami ay tina-
uag na lahat sampuo ni Amadeo, at sa ami,i, nag
pahayag: ang tauo ang uica,i, nanğinğibang bayan
dito sa lupa, (1) at hangang nanğinğibang bayan
ay dinaratnan nang susong susong hirap; na cucub-
cób nang panğanib, na cun di tibayan ang loob
ay ipag cacasala sa Dios Cun malapit nang ma-
tapos ang caniyang panğinğibang bayan, mabaha-
ñgo na sa hirap, maliligtas sa panğanib at maca
papanood sa Dios, ay di dapat mahapis, cun di
matoua. Ang caloloua co,i, malapit nang maalis
sa catauan cong masiquip na bilangoan, ay nag
cacamit nang toua at naca ririnig nang magan-
dang balita na pa sa sa bahay na nang Dios. (2)
Caya ang carampata,i, cayo,i, maquiramay sa qui-
namtan cong tua, at cahiman at aco ay pumanao
sa mundo ay di co ring cayo lilimutin sa harapan
nang Dios. (3)

Nang matapos itong masaysay ay gininğing siya,i,
pacompisalan, at nang maca pag compisal ay gu-
mayac naman sa paquiquinabang. Nang marinig
na ang tugtog nang campana sa pag labás nang

---

(1) Dum sumus in corpore, peregrinarum á Domino Ad
Cor. 2 v 6.
(2) Momor ero vestri ants Deum.
(3) Sacramentu a charitatis pignus. Opuse 68.

Viático. ang catauan ay sumigla, nag bago nang lacas, sa muc-ha,i, nag ningning ang isang cauihuiling saya, na anaquin baga,i, hindi mamamatay sa saquit na iyon. Ñguni t, naquilala co na ang siglang iyon at caligayahan na hindi cabati nang caniyang mabigat na saquit, ay di ang pinag cadahilana,i, ang siya i, maca tauid pa cun di ang pag dating nang sinisintang Dios, na sa caniya,i, dadalao. Marahil Urbana,i, na aala-ala mo pa na madalas na pañganlan ni ama na Sacramento nang pag ibig, sang-la nang pag ibig ang casanto-santosang Sacramento sa Altar caaya ayang bansag na caniyang namana cay Santo Tomás de Aquino Doctor nang Santa Iglesia at Angel sa pag ibig, (1) caya sa oras na ito ay pauang pag ibig sa Dios ang caniyang ipinaquita. Nang m quita na ang Sacerdoteng may dalá sa mahal na Sacramento, ay nag pilit lumuhod, na paalalay cay Honesto,t, sa aquin, at nang máluhod na ay aming narinig na sinambit yaong cay San Bernardo; tingni,t, nara ting na ang aquing casi. Nang maca pequinabang na ay nag pasalamat sa Dios at hiningi sa amin na siya,i, ihiga oli. Nang masangcapán nang Sacramentong Extremauncion ay pinapag daop ang camáy, ibinabá ang matá at hiningi cay Honesto na ipamuno sa caniya itong maicling panalañgin.

¿Ano caya bagá Dios co ang igaganti co sa iyo sa lahat nang adang ipinagcaloob mo sa aquin? (2)

————

(1) Quid retribuam Domino pro omnimus que retribuit mihi Ps. 136 v 3.
(2) Ce icem salutaris accept.

Ngayon tinangáp co ang mahal na Caliz na cabu-
hayan co, (3) ay sasambitin co at pupurihin ang
iyong pangalan, at sa oras na ito nang pag panao
sa mundó ay inaasahan co na ipag tatangól mo
aco sa manga caauay co. [1] .

Icao caloloua,t, boong catauan co,i, mag pasalamat
sa Dios, at ipag bunyi,t, purihin ang cagalang-
galang na caniyang pangalan. (2)

Icao caloloua co,i, mag handóg nang puri sa
Dios, at houag mong limutin ang di maisip na
caniyang ipinagcaloob sa iyo. (3)

Ang Dios ang nag patauad sa iyong manga ca-
salanan, at ang dilang saquit mo,i, guinagamòt niya
nang caniyaug aua. (4)

Ang ganitong pag papala mo sa aquin ay isini-
siualat nang caloloua co sa sang daigdigang p'nag
haharian mo, at inaanyayahang con mag puri sa
iyo ang boo mong quinapal. (5)

At sa oras na ito nang aquing camatayan ay
houag mong ipahintulot na magahis ang caloloua
co nang manga demonio, caya ipinag tatagobilin
co sa manga camay mo yamang sinacop mo nang
mahal mong dugó, oh Dios na Panginoong co. (6)

----

(1) Laudans iuvocabo Domiuum et ao in mic's meis salvus
ero.

(2) Benedic anima mea, Domine et omnia que intra me
son nomine sau to ejus It 102 v 1

(3) Benedic anima mea. Domino et noll obl.biscl omnes
retributiones ejes Ibid.

(4) Qui prop t'atur iuiquitatibus tuis qui sanat omnes
infirmit·tes tuas. Ps. 102 Ibid.

(5) Benedicite Domino omnia opera ejus in omni loco
dominationis ejus, benedic, anima mea Domino Ps. 102.

(6) In mus tuos commendo Spiritu meum redemisti me
Dom ne Deus varitotis Ps. 20 v. 6.

Nang matapos siyang magpasalamat sa Dios, cami ni Honesto ay liningon at pinangaralan; hangang cayo,i, nabubuhay manga anac co houag ninyong limotin ang tacot sa Dios, at inyong itanim sa dibdib yaong cauili-uiling auit sa Dios ni Guinoong Santa Maria: ang aua nang Dios ay ilinalagui sa may tacot sa caniya, hangang caapoapohan. [1] Caiingat sa pagcacasala, at ngayong aco,i, lilipat na sa isang buhay ay ang cabilinbilinan co,i, cun aco,i, naquitaan ninyo nang masamang halimbaua, ay houag tularan, ihingi ninyo aco nang tauad sa Dios at nang aco,i, patauarin naman, at cun naquitaan ninyo aco nang magandang gaua ay inyong pagcunang uliran At hangang nabubuhay cayo,i, houag macalilimot sa Dios caiingat na mahulog cayo sa casalanan. [2] Cun itong manga huling bilin nang mamamatay ninyong magulang cun marápat na macapanood sa Dios, ay di co cayo lilimutin, at magmula sa langit ay igagauad co dito sa inyo sa lupa ang aquing bendicion. Nang matapos itong maipangusap ay binuhat ang canang camay, pinahalic si Honesto,t, aco, at cami binendicionan.

Nang mabendicionan cami, ay ang saysay: ang caloloua co, Dios na Panginoon, ay nagnanasa nang manood sa iyo, nagdaramdam nang uhao; para nang paghanap nang uhao na usa sa bucal na tubig. (3) Nang maipangusap ito ipiniquit ang mata,t, siyang pagcalagot nang hininga.

---

(1) Et miserecordia ejus a progenie in pregeniez timentibus eum. Lue. 1.

(2) Omn bus autem diebus vitae tuae in monte habete Daum et cave ne aliquando peccato concentias. Thob. c. 1. v. 6.

(3) Sidut servus desirat ad fontes aquarum ita desiderat anima mea ad te Deus Ps. 1·3 y. 1,

Si ina, Urbana ay ualang pagcasiyahan nang dalamhati, palaguing na sa suloc, ayao tumiquim nang canin, at ualang sariling lacas na ipagtiis nang hirap nang pangongolila sa isang esposong hindi nacapagbigay sa caniya nang munti man lamang dalamhati. Si Honesto,i, tumatangis, dinaramdam ang caniyang pangongolila sa panahon nang cabataan, nguni,t, di maquitaan nang labis na pagpipighati hindi maringan nang ulol na pa nambitan, marunong magtipid at ang cabaitang taglay ni Honesto na caniyang pangalan ay siya ring ipinahahalata.

Icao capatid co, ay ipinagbilin ni ama cay ina,t, sa aquin na houag cang pabayaan, houag panghinayangan ang caontiug salaping guinugol, ipamanhic sa iyo na cun mamatapatin mo,i, pumasoc ca sa isang Beaterio, tumalicod sa mundò, ipangaco mo sa Dios ang calinisan hangang sa camatayan. At ang uica niya,i, ang manga panalangin mong malinis na para nang isang vírgen, ay inaasahan niya na aaquiat sa Langit na para nang inciensong haharap sa Dios, icaguiguinhaua niya doon sa isang buhay at dito sa lupa,i, ipag cacamit nang magandang pag papala nang Langit nang caniyang maiiuang familia. (1) Bilin pa sa amin na houag ibalita sa iyo ang caniyang pagcamatáy, cun di cun siya,i, malibing na. Gayon ang bilin, at nang houag ca nang parini, at nang di na pagca abalahán, at nang di naman macasira sa loob mo, Cun ano ang bilin ay siya co namang sinunód.

(1) Certus sum quod pró nobis aures divinas tur virginales oratio. De vita S. Florent.

Sa pag cacasaquít ni ama, sa pagca burol, at paglilibing, marami ang nag si dalao, naquiramay sa aming hapis, marami rin naman ang quiquilalaning utang na loob sa canila, ñguni sa caramihan nang dumalao, ay dili naualán nang tauong cun di nasansala, ay nacaguló disin sa may saquit, Marami rin naman ang di nacararamay sa hirap, cun di sucat dising maca pag bigay galit, dañgan ang cami ay nag babauac nang loob, Di co na paca saysayin sa iyo,t, yamang na aaninao mo, at nang di naman nacaruruñgis pa sa sulat na ito. Adios, capatid co alalayan nauá nang Lañgit ang mag durusa mong dibdib, —FELIZA,

CAHATULANG UCOL

SA PAG AYON SA CALOOBAN NANG DIOS

Si Urbana cay Feliza.—MANILA...

FELIZA: Sa sulat mo sa aquin ay napag tantô co ang mulá nang saquít ni ama sampo nang caniyang pagca matay. Ñgayo,i, ano ang mauiuica co sa iyo cun di ang umayon sa calooban nang Dios. Ano pa ang ating gagauin cun di ang alalahanin siya doon sa isang buhay, Ano ang ating iaala ala sa canyang caloloua, cun di ang pag papapasaquit sa catauan, ang pag aayunar, ay ihandóg natin sa Dios, upan ding icacauas niya sa casalanan, sacali,t, may pinag durusahan pa siya sa purgatorio. Ipag handóg nang santo Sacrificio nang misa' sa pagca,t, cun catungculan nang anac ang sumaclolo sa magulang cun dinaratnán nang hirap dito sa buhay na ito, ay lalong daquila ang caniyang catungculang tumulong at sumaclolo doon sa isang bubay.

Ayon sa sabi na si ina,i, nag dadalamhating masaquit, ang hatol co sa iyo,i, ipanalangin mo sa Dios na bigyang caaliuan, sa pagca,t, sa Dios at di sa quinapál sucat nating asahan ang caaliuan nang ating caloloua. (1)

Sabihin mo cay ina na dumaramay sa caniyang hapis ang sacerdoteng director co, ipinamamanhic sa caniya na basahin itong casunód na manĝa cahatolan.

Minatapát nang Dios na cunin na dito sa lupa ang caloloua nang iyong esposo, ay ano ang ating uiuicain cun di ang dumating na ang panahong tadhana nang caniyang capangyarihan. Dumating na ang panahón nang pag ganti sa caniyang magandang gauá. Ang Dios ay di nag cacamali, di naca pag daraya,t, di naman napag darayaan. Cun nauucol na damdamin ang pagca matay nang isang minamahnl natin, nĝuni nauucol naman na ang loob natin ay iayon sa calooban nang Maycapal, at nang icarapat natin ang pagdaramdam nang hirap. Ang magandang halimbaua na ipinaquita sa atin ni Jesucristong Panĝinoon ay dapat alinsunurin. Nang gabing

_____

(1) Deus consolator animarum.

pag tiponan nang di mamagcauong sáquit ang caniyang dibdib, ay nanalañgin sa Dios Ama at nañgusap: houang ang calooban co ang siyang mangyari, cun di ang calooban mo. Ano ang nararapat ñgayon cun di ang pag cunang uliran itong maalam na Maestro, at uicain: houag ang calooban co ang papangyarihin cun di ang calaoban mo, Dios co.

Houag uicain, na cun di nagca malí ang médico ay di sana namatày, cun di guinamót nang mahusay, cun pina inóm nang gayon, cun tinapalan nang ganoon, di disin napahamac. Ang buhay nang tauo,i, pag dating sa guhit ay di maca lalampas, at pag dating sa guhit, cahit ang médicong gumamót ay carunong-dunoñgan ay nasisira ang dunong, hindi maquilala ang saquit, hindi matutuhan ang tapal na gamot. Dinguin ang nangyari sa Seraphin sa pag ibig cay Jesús na si Santa Teresa de Jesús.

Nagca saquit nang mabigát ang isang mongja na minamahal niya, sapagca,t, caramay-ramay niya sa hirap.

Isang arao ay nasoc sa silid nang may saquit ang médicong gumagamót, ay naquita nitong santa na pinipiriñgan sa matá nang isang Añgel. Dito niya naquilala na cun ayao ang Dios, ang médico,i, di matutong gumamót sa may saquít, at ualang matutuhang gauin, caya uinica sa loob na dumating na ang capanahonan na ang mongjang iyon ay palipat na sa isang buhay. Caya ualá siyang guinaua cun di ang umayon sa calooban nang Dios. Sino ang iyong tutularan cun di itong mahal na santa.

Nababasa rin naman sa buhay nang santo Job, na minsan ay may isang nag balita sa caniya: ang lahat mo aug uicang baca at asnos ay ninacao nang manga abeos, at ang manga tauo mong upahan ay pinag papatay na lahat, aco lamang ang nacatanan at nang sa iyo,i, maca pag balita. Di pa tapós ang salita,it may dumating namang isa, at ang sabi, ang iyo ang uicang obejas at pastores ay pinanaogan nang apóy na galing sa Langti, nasunog na lahat, aco lamang ang naca ligtás at nang sa iyo,i, maca pamalita. Nag sasalita pa siya,i, may dumating namang isa na nag saysay: tatlo aniyang pulutong na manga Caldeos ang dumating, ninacao ang iyong manga camellos, at pinag pugotan ang manga taong nag aalaga, aco lamang ang nacatanan at nang sa iyo,i, maca pag sabi. Di pa tapós ang salitá nitong nagbalitá, ay may dumating pang isa na nag sabi naman: ang manga anac mong babaye,t, lalaqui, aniya,i, nag si cain sa bahay nang capatid na panganay, caracaraca,i, dumating ang isang bag-yo na galing sa parang, nauasac ang apat na suloc nang bahay, nahapay, nadaganan at namatay na lahat ang anac mo, aco lamang ang naca ligtas at nang sa iyo,i, maca pag sabi. Sa balitang itong capaitpaitan, si Job ay nag dapâ sa lupa, nanalangin sa Dios at nag saysay: hubad acong lumabas sa tiyan nang aquing ina, ay hubad din namang mananaog aco sa hucay. Dios ang nagbigay, at Dios din ang bumáui: purihin ang cagalang galang na ngalan nang mahal na Panginoon.

Manghinuha, icao at sinomang may hapis dito cay santo Job na uliran nang pag titiis. Hindi tinuñgayao ang Lañgit na pinangaliñgan nang apoy, na sumunog sa caniyang mañga obejas; di nag bantang manghiganti sa mañga Caldeos, na numacao nang caniyang mañga camellos, cung di ang uinica,i, purihin ang Pañginoon Dios. Ano ang gagauin mo naman cun di ang igalang ang matataas na lihim nang Lañgit, umayon sa ca-looban nang Dios, at di ang umayon lamang cun di ang. siya,i, pasalamatan at uicain: Dios ang nag bigay sa aquin nang isang mabait na esposo, ay Dios din naman ang bumaui: purihin ang cagalang-galang na caniyang pañgalan. (1)

Ang mañga cahatolang ito, Feliza, ay sabihin mo cay ina na ariing balsamo na igamót sa sugat nang caniyang puso, i alio sa birap nang caniyang pañgoñgolila. Na ulila siya sa esposong tauo, ay may isa naman na Jalong caibig-ibig na esposong Dios, na pag uucolan nang caniyang pag ibig, at mag bibigay caguinhauahan sa ca-laotan nang dusa.

Ayon sa sabi mo, Feliza, na sa nag si si da-lao ay may nararapat na quilanlin cang utang ay mayroon din namang na capag bibigay da-lamhati, ay parang nahulaan co ang inalilihim mong cahulogán.

Sa nag si si dalao sa mañga may saquít ay may maquiquita cang tauo na cahañgalan, ó sa caculañgan nang bati na pinag aralan, caraca-raca,i, papasoc sa silid nang nag hihirap, di na

_____

(1) Dominus dedit Dominus abstulit sit nomen Domini benedicto Job. c. 11.

pinag iisip na siya marahil doo,i, maca rarami pa, at sa lugar na maca guinhaua, ay lalong naca pag papahirap, at ang pobreng may saquít ay halos di na maca hiñga sa dami nang tauo. May maquiquita ca naman na may bumabasa sa tabi nang panalañgin, at may nag tatauanan sa tabi nang hihigan, nag bibiroan na anaqui baga,i, iyon ang sinadya at di ang pag tulong sa may saquít. Ano ang magagaua mo sa mañga tauong ito, cun di ang cahabagan mo ang canilang cahañgalan at di carunuñgang maquipag capoua tauo. Ñguni di dapat ipahintulot nang isang pinagcacasactán ang gayong mañga caasalan. Dinguin nitong mañga hañgal na tao ang sabi sa aquin nang isang naca ligtas sa isang mabigát na saquít: aco aniya,i, dinatnán nang isang saquít na malaot cong dinamdam. Nang aco,i, tumindi na,t, ualá nang médicong gumamót sa aquin, at ang uica,i, ualang pag sala,t, di aco mamamatáy, ang catauan co,i, di co na maiquilos at ang boong asa nang aquing esposa,i, di na aco mabubuhay, ang lahat na salitaan nang aquing mañga casambahay, cahima,t, buloñgan ay naririnig co. Sa bagay na ito,i, ¿ano caya ang isasaloob nang isang naghihirap cun naiinis sa tauo,t, naca ririnig nang tauanan? Hindi malayong mapoot sa dami nang tauo, at mag hinala na siya,i, pinag tatauanán. At ang casasapitan ay ang na dalao sa may saquít ay siya ring nag papasaquit. At cun magca bihira,i, siya pang naca tutucsó

May maquiquita ca namang na pa sa sa bahay nang patáy na may panyóng lucsá at ang baro,i, pulá, ¿ano ang ipinaguiuica sa canila nang mañga tauong ito? Tulíg. May maquiquita ca namang anac na nag lulucsá sa magulang o asaua, ay di matagalán nang dalauang buan at inaalis na ang lucsá. ¿Ano ang cahulogán nang ganitong caasalàn? Ayao nang alalahanin ang naualang asaua, at ayao papurihan ang naualang magulang.

Icao Feliza at Honesto,i, ca-iilag sa ugaling ito; tayong mag iina ay mag pulos nang lucsá nang sang taong singcád At cun mangyayari disi,i, pagca tapos nang taon, ay sundin ang ugali nang di bulág na naciones sa Europa, na isang taon namang hindi sinasalitán nang pulà ang canilang manga damit. Ang ugaling ito dito sa Maynila,i, marami ang sumusunód sa manga tagalog man. Hamaquin yaong uica nang manga ualang pinag aralan, ang lucsa,i, mainit at naca papang lao.

Cun dumalao sa patáy ay iilagan ang tauanan at nang di uicain nang namatayán, di na sila dinaramayan ay inaaglahi pa ang canilang hapis. Ang ipapanhic ay muc hang nag papaquita nang lumbáy at ang ibabati sa may bahay ay uicang pag damay sa sáquit. Ilagan ang maingay na pangungusap, at nang di maangat sa pag damay sa hapis na canilang layon. Capootan ang pag bibiroan, at nang di uicaing ualang pinag aralang mahal na asal

May maquiquita ca namang bahay nang namatayán, na diyan ca maca ririnig nang pag bibiroan nang babaye,t, lalaqui; diyan mo ma ririnig ang pag sasalita nang catatauanan na sinasabayán nang halachacan ¿Ano ang gaga-uin mo sa manga tauong ganito ang asal? May isang nangusap: cun ang pag uuriraan ang inyong sinadya sa aquing pamamahay, ay doon

11

na ninyo gauin sa inyong sarili

Ucol sa isang cristiano ang pa sa bahay nang isang namatayan, sapagca,t, maca pag didili dili nang caholi holihang darating sa tauo, caya ang uica ni Salomon: mabuti pa ang pa sa bahay nang namatayan, sa pa sa bahay nang piguing. (1) Mabuti rin nama,t, ucol sa paquiqui pag capoua tauo ang dumamay sa mañga cababayan at caibigan, ñguni cun ang gagauin ay ang pagnğinğisihan at iba pang caulolan mahanğay houag na' at nang di sumagap nang masaquit na uica.

Cun dumalao sa mañga namatayan, ang carampata,i, tumahimic, alalahanin, yaong uica nang Pantas, *ñgayon ay sa aquin at bucas ay sa iyo, aco,i, namatáy ñgayon at susunod ca naman;* ipagdasal aug namatay at aliuin sa hapis ang namatayan. Ang namatayan naman ay di nauucol mag taua, mag ñgisi at mag tabil. at nang di uicain na iquinatotoua niya ang pagca matay na iyon.

Ñguni cun di carampatan ang mag paquita nang toua, ay gayon din naman ang mag paquita nang hapis na di tinitipid. Ang manambitan nang inahihiyao, ang ipag hampasan ang catauan, ang labnutin ang buhoc at sabayán nang ulol na sabi, ay naca tataua, lalo nang masamang masdan sa lalaqui. Ang nauucol ay mag tipid, at cun di maca pag piguil ay lumigpit sa silid, at diyan iloual nang lihim ang taglay na hapis, uang may pagca guinhauahan.

––– –––

(1) Me'lus est ire ad domum luctus quam ad do num convivii.

Dalauin mong madalas, Feliza, at gayon din naman si Honesto ang libingan ni ama, alalahanin ang magulang natin, at dito sa mundo,i, papurihan mo naman ang caniyang pangalan.

Aco, Feliza,i, ihalic mo nang camay cay ina, ipahayag mo ang boo cong cagalangan at pamimintuho; cayong mag asaua,i, ingatan naua nang Dios, at gayon din naman si Honesto: Susundin co ang bilin ni ama, aco,i, lalayo na sa mundo. Adios, hangang sa isang buhay.— URBANA.

ÍNDICE

———

	PÁGINA
Unang sulat ni Feliza cay Urbana . . .	9
Ang pinag aralan ni Urbana	14
Ang catungculan nang tauo sa Dios . .	15
Ang aasalin sa Simbahan	18
Cagagauan ni Urbana sa bahay nang maestro	20
Caasalan ni Honesto, uliran nang manğa bata	22
Caasalan sa sarili	23
Sa escuelahán.	25
Sa salitaan	29
Paraang nang pag sulat	32
Regla sa pag sulat	35
Tapat na casipagan nang bata sa pag aaral	38
Sa catungculan sa bayan	39
Pag iibigan	42
Sa piguing	45
Sa calinisan	50
Manğa bilin ó reglang susundin sa pag cain	55
Sa pag papacial	61
Aliuan	67
Cabagayán nang paquiquipag capoua tauo	70

	Página
Sa pag dalao . . . . , . .	74
Calasiñgan	79
Ang pag iisipisip ni Feliza sa paglagay sa estado	89
Cahatolan sa dinadatnan nang pañganib . .	94
Pasasalamat sa Dios cun tumangáp nang aua	96
Aral sa mña ina na may mña anac na dalaga	97
Ang pag papacatibay nang loob	107
Cahatolan sa pag lagay sa estado . . .	108
Pag sanguni ni Feliza sa isa niyang caibigan	119
Cahatulan sa may manña asaua	124
Manña cahatolan sa nañag dadalang tauo	135
Cahatolan sa mña magulang ayon sa paglalagay sa estado sa canilang manña anac . . .	138
Santong aral nang isang magulang sa manña anac bago pumanao sa mundo	149
Cahatolang ucol sa pag ayon sa caloban nğ Dios	155

MGA AKLAT NA IPINAGBIBILI SA MGA
Tindahan ni J. Martínez

— — —

Caligtasan ng mga may sakit . . . . P 1 50
Aclat ng pag luluto ni R. Ygnacio . . . . " 1.50
Pasteleria at Reposteria ni C. Trinidad . . " 1.00
Dicc. Yngles, Español at Tagalog ni Calderon
      mabuting papel . . . . " 6.50
Dicc. Yngles, Español at Tagalog ni Calderon
      caraniwang papel . . . . " 4.50
Dicc. Tagalog Hispano ni P. Serrano Laktao " 5 50
Dicc. Español Tagalog ni R. Serrano . . . " 2.00
Vocabulario Tagalog Castila Yngles ni
      Calderon . . . . " 0.80
Vocabulario Tagalo Castila ni E. Fernandez . " 0.60
    "   Filipino English ni E. Daluz . " 0 80
    "   Hispano Ilocano ni J. Gayacao " 0.50
Gramatica Castila Tagalog ni Padre M. Sevilla
    "   Tagalog ni J. Sevilla at P. Verzosa

CASALUCUYANG NILILIMBAG

Secreto de la naturaleza tagalog . . . . .

══════

Pasiong mahal ng ating P. J. Historia Sagrada
  "   "   "   "   P. J. Candaba
  "   "   "   "   P. J. Ylocano
  "   "   "   "   P. J. Pampango
  "   "   "   "   P. J. Bicol

At mga sarisaring aclat na Tagalog ng mga ibat
    ibang Autor.

Nagbibili ang manga Libreriang ito sa tingian at
    pakiawan.

IMPRENTA AT MÃA LIBRERIA

—NI=
J. MARTINEZ

253 Cabildo	Escolta 89	P. Calderón 108
Intramuros	Sta. Cruz	Binondo

Platicas Doctrinales ni P. Modesto . . . ₱ 4 00
Pagtulong sa mabuting pagcamatay Cantella . " 2.00
Ylao at Caginhauahan ng Caloloua unang bahagui " 1.00
Ylao at Caginhauahan ng Caloloua icalauang
     bahagui . . . . " 1.00
Ylao at Caginhauahan ng Caloloua icatlong
     bahagui . . ., ... " 1.00
Ylao at Caginhauahan ng Caloloua cabuoan . " 2 50
Mga pagdalao sa Santisimo Sacramento . . " 0.80
Semana Santa. . . . .
Cahusayan ng Pamumuhay . . . . . ,
Compendio Historico ng Religion . . . .
Catecismo explicado Mezo . . . . .
Cayamanan ng puso ni Jesus . . . . .
Bato balani . . . .
Hagdan ng langit. . . . .
Devoto Feligres . . . . ,
Flores de Maria ò Mariquit na bulaclac . .
Mga Carangalan ni Maria . . . . .
Santo Evangelio. . . . .
Novena kay Jesus Maria y Josef . . . . ₱ 0.30
  "   kay San Isidro Labrador . . . . " 0.25
  "   "   " Roque . . . . . , " 0.20
  "   sa mga Caluloa. . . . . . . " 0.20
  "   kay San Vicente . . . . . . " 0 30

Made in the USA
Monee, IL
19 August 2025

23721890R00096